மற்ற பெண்

ஹாரர் த்ரில்லர் திரைக்கதை

வினோத் நாராயணன்

பொருளடக்கம்

• iii •

முன்னுரை   V

  1. பகுதி I   1

  2. இரண்டாவது பகுதி   26

முன்னுரை

உயிருள்ள மற்றும் இறந்த ஆவிகள் உடலின் உயிரியல் நரம்பு இல்-லாமல், மனம் என்ற மாயையின் பாதையில் பயணிக்கும். ஆவிகள் இருப்பதைப் பலர் பல வழிகளில் அறிவார்கள். மாயாஜால உலகம் டூயல் பெர்சனாலிட்டி என்று அழைக்கப்படும் நவீன விஞ்ஞானத்தின் நிகழ்வால் வேட்டையாடப்படுகிறது. இந்த உளவியல் சஸ்பென்ஸ் ஹாரர் த்ரில்லர் திரைக்கதை, பேய் என்பது மனித மனத்தைப் பற்றிய ஒரு தந்திரமா அல்லது உண்மையான விஷயமா என்ற கேள்விக்கு பதிலளிக்க முயல்கிறது.

1

பகுதி I

காட்சி - 1

பகல்நேரம்

உட்புறம்.

மனித மனப் புகலிடத்தின் ஒரு செல். வெள்ளை வர்ணம் பூசப்பட்ட சுவர்களும் கதவுகளும் இருந்தன. ஒரு பெண் அறைக்குள் தனிமைப்படுத்தப்பட்டதாக அஞ்சினாள். 17 வயது சிறுமியின் தோற்றம், வெள்ளை நிற நீண்ட கவுன் அணிந்திருந்தது. தளர்வான முடி முகத்தை மறைக்கிறது.

மனநல மையத்தின் இரண்டு செவிலியர்கள் வந்து செல்லின் கதவைத் திறந்தனர். அவர்கள் உள்ளே நுழைகிறார்கள், பெண்ணுக்கு எந்த அசைவும் இல்லை. அவள் அவர்களைப் பார்க்க முயற்சிக்கவில்லை.

செவிலியர்களுக்கு சிறிதும் கவலை இல்லை. இருவரும் சிறுமியை பிடித்தனர், அவள் ஒரு பொம்மை போன்றவள். செவிலியர்கள் சிறுமியால் நடத்தப்படுகிறார்கள்.

நர்ஸ்: "வா..."

*****

காட்சி - 2

பகல்நேரம்

உட்புறம்.

செவிலியர்கள் சிறுமியுடன் நடைபாதை வழியாக நடந்தனர். வெள்ளை வண்ணப்பூச்சு தாழ்வாரத்தை மூடியது. கேமரா ஷாட் முன், 30 வயதுடைய பெண் ஒருவர் சிறுமியையும், அவர்களுக்குப் பின்னால் செவிலியர்களையும் பின்தொடர்கிறார். மேக்கப்பில் பேய் போல் காட்சியளிக்கிறார். அந்தப் பெண் அந்தப் பெண்ணைப் பின்தொடர்ந்து அவளை முறைத்துப் பார்க்கிறாள். அந்தப் பெண் பின்னால்

இருப்பதைப் புரிந்து கொண்ட சிறுமி, திடிரென்று அங்கேயே நின்றாள். அவளுடைய கண்கள் முடிகளுக்கு இடையில் தீர்க்கப்படாத பார்வையுடன் உள்ளன.

திரும்பிப் பார்த்தாள். யாரும் இல்லை.

செவிலியர்கள் அவளை இறுக்கமாகப் பிடித்துக் கொள்கிறார்கள்.

செவிலியர்: "நடை."

நடைபயிற்சி தொடர்கிறது.

பின்புறத்தில் இருந்து கேமரா ஷாட். பெண் அடிக்கடி பயத்திற்கு மாறுகிறாள்.

*****

காட்சி - 3

பகல்நேரம்

உட்புறம்.

செவிலியர்கள் சிறுமியை ஒரு பெரிய அறைக்கு அழைத்து வந்தனர். அறையின் சுவர்கள் மற்றும் கதவுகள் வெள்ளை வண்ணப்பூச்சுடன் மூடப்பட்டிருக்கும். அறையின் நடுவில் ஒரு வெள்ளை மேஜையும் இரண்டு நாற்காலிகளும் இருந்தன. செவிலியர்கள் சிறுமியை நாற்காலியில் அமர வைத்தனர், அவர்கள் வெளியே சென்றனர். பெண் தன் முகத்தை தலைமுடியால் மறைத்துக்கொண்டு தலை குனிந்திருக்கிறாள். கேமராவை சிறுமியை நோக்கி பெரிதாக்கும்போது, அவள் குறுக்கே நாற்காலியில் ஒரு பெண் இருக்கிறாள். அந்த மரியாதைக்குரிய பெண் டாக்டர் வேனி.

டாக்டர் வேணி: "தேவிகா?"

பெண் தலையை உயர்த்தவில்லை.

டாக்டர் வேணி: "தேவிகா... பாரு"

பெண் தலையை உயர்த்தவில்லை.

டாக்டர் வேணி: "வா பேபி... தேவிகா... என்னைப் பாரு... நான் வேனி.... டாக்டர் வேணி..."

சிறுமி தலையை உயர்த்தி அவளைப் பார்க்கிறாள்.

டாக்டர் வேனி: "குட். குட் கேர்ள்... குட் மார்னிங்!... நேற்று நல்லா தூங்கினாயா?..."

சிறுமி அமைதியாக மருத்துவரைப் பார்த்துக் கொண்டிருக்கிறாள்.

டாக்டர் வேணி: "சொல்லுங்க... தேவிகா"

அந்த பெண், "ஊம்..." என்றாள்.

டாக்டர் வேனி: "உங்களிடம் காலை உணவு உண்டா?"

அந்தப் பெண் பதிலளிக்க அதிக நேரம் எடுத்துக் கொண்டாள்.

டாக்டர் வேனி: "தேவிகா, இன்று என்ன நாள் என்று உனக்கு நினைவிருக்கிறதா?"

தேவிகா தலை குனிந்தாள்.

மயிர்க்கால்களின் பாதி வழியாக முகத்தில் உள்ள தசைகள் தோன்றுவதால், அந்த மனம் ஏதோ ஒரு வழியாக செல்கிறது.

நடைபாதையில் சிறுமியைப் பின்தொடர்ந்த பெண் இப்போது மருத்துவர் நிலையில் அமர்ந்துள்ளார். அவள் முகம் கோபமாகவும் வெறுப்பாகவும் இருக்கிறது.

எதிர்புறம் நாற்காலியில் அமர்ந்திருந்த இன்னொரு பெண் இருப்பதை அவள் திடிரென்று உணர்ந்தாள். தேவிகா தலை அதிர்ந்தாள். மூடு.

அடுத்த ஷாட், டாக்டர் வேனி நாற்காலியில் அமர்ந்திருக்கிறார். தேவிகாவின் முகத்தில் நிம்மதி

டாக்டர்.வேனி: "உனக்கு என்ன? ஏன் அதிர்ச்சியாக இருக்கிறாய்?" (நிவாரணம்) நான் கேட்டதற்கு நீங்கள் பதிலளிக்கவில்லை."

தேவிகா டாக்டரை அலட்சியத்துடன் பார்த்துக் கொண்டிருக்கிறாள்.

டாக்டர் வேனி புன்னகையுடன் தொடர்ந்தார்.

டாக்டர் வேனி: "இன்னைக்கு தேவிகாவுக்கு பதினேழாவது பிறந்தநாள். உங்க அப்பா வர்றார். காலையில கூப்பிட்டார்."

இப்போது தேவிகாவின் பின்னால் பேய் பெண் நிற்பதை கேமராவில் காட்ட முடியும்.

அவள் பின்னால் இருப்பதை தேவிகா புரிந்து கொண்டாள்.

அடுத்த ஷாட்டில் அவள் திரும்புகிறாள்.

எதுவும் இல்லை.

இடம் காலியாக உள்ளது.

டாக்டர். வேணி: "என்ன.... என்ன நடந்தது தேவிகா?"

அவள் பயத்துடன் முணுமுணுக்கிறாள்: "நான் பார்த்தேன் ... ஏதோ ... மாதிரி ... அந்த டெவில் லேடி ..."

டாக்டர் வேணி: "யாரு..?"

எல்லோருக்கும் தெரியும் என்ற உணர்வுடன் பெண் சொன்னாள்: "பெண் ... கருப்பு கவுனில் ..."

டாக்டர் வேணி: "வசுந்தரா....உன் அம்மா...?"

திடிரென்று சிறுமி நடுங்குகிறாள் (பயத்துடன்): "அவள் என் அம்மா இல்லை."

மருத்துவரின் முகம் விழிப்பாக இருந்தது.

சிறிது நேரம் கழித்து, டாக்டர் வேணி: "அவள் இறந்துவிட்டாள், தேவிகா!"

பெண் (பயமுறுத்தும் விதத்தில்): "ஆமாம்... ஆனால் அவளுடைய ஆவி உயிருடன் இருக்கிறது ..."

மருத்துவரின் முகம் வாடியது.

மொபைல் ஒலிக்க ஆரம்பித்தது.

டாக்டர் வேணி மொபைலை எடுத்தார்.

டாக்டர். வெனி (தேவிகாவிடம்): "தேவிகாவின் அப்பா அழைக்கிறார். (அவள் போனை அட்டென்ட் செய்கிறாள்) நீ அலுவலகத்திற்கு வந்திருக்கிறாயா? ... தயவு செய்து காத்திருங்கள்... நாங்கள் உங்களிடம் வருவோம்..."

தொலைபேசி அழைப்புக்குப் பிறகு மருத்துவர் எழுந்து நர்ஸை அழைத்தார்.

டாக்டர். வெனி: "ஷோஷா ..."

செவிலியர்கள் வருகிறார்கள்.

டாக்டர். வெனி: "அவளுடைய உடையை மாற்றி அவளைப் புதுப்பிக்கவும்."

டாக்டர் போகிறார்.

செவிலியர்கள் தேவிகாவை நோக்கித் திரும்பினர்.

*****

காட்சி - 4

பகல்நேரம்

உட்புறம்.

மருத்துவர் வெனியின் ஆலோசனை அறை.

தேவிகாவின் தந்தை இந்திரகுமார் மற்றும் வேணி. இந்திரகுமார் சுமார் 40 வயது மதிக்கத்தக்க அழகான மனிதர்.

இந்திரகுமார் (சோகத்துடன்) கூறினார்: "அவளுக்கு ஏதாவது நம்பிக்கை இருக்கிறதா?

டாக்டர். வெனி: "அவள் இப்போது தன் வன்முறையைக் காட்டுவதில்லை. ஆனால் அது அக்கறையின்மையை மாற்றவில்லை."

இந்திர குமார்: "ஊரையும் பூங்காவையும் காட்ட அவளை வெளியே அழைத்துச் செல்லட்டுமா?"

டாக்டர். வெனி: "இல்லை. அவள் கண்களிலோ மனத்திலோ எந்தப் பார்வையும் இல்லை. இன்னொரு பிரச்சனை என்னவென்றால், வசுந்தராவின் பேய் தன்னை வேட்டையாடுகிறது என்று அவள் உணர்கிறாள்."

இந்திரகுமார்: "டாக்டர்... ஆனால்..."

டாக்டர். வெனி: "அவளுடைய விழிப்புணர்வை மேற்கொண்ட இருள் இன்னும் விலகவில்லை."

இந்திர குமார் (வருத்தத்துடன்): "என் மகள்... அவள் என்னிடம் திரும்பவில்-லையா டாக்டர்?"

அப்போது தேவிகா செவிலியர்களின் உதவியோடு வருகிறாள். அவளுடைய தலைமுடி கட்டப்பட்டிருக்கிறது. உடை மாறிவிட்டது. இருந்தாலும் முகத்தில் பயம், தோற்றம்.

• 4 •

டாக்டர் வேணி: "ஆ... மகள் வந்தாள்... வா தேவிகா..."

தேவிகாவை நாற்காலியில் அமர வைத்தனர்.

இந்திர குமார்: "மகளே...!"

தேவிகா எதிர்வினையாற்றவில்லை. அவள் வெளிறிய, அசைவற்ற, தெளிவற்ற முகம் கொண்டவள்.

டாக்டர் வேனி: "உங்க அப்பா சொல்றதைக் கேட்கலையா?"

இந்திரகுமார்: "மகளே...?"

சிறிது நேரம் கழித்து தேவிகா பதிலளிக்கிறார். திகிலூட்டும் பேச்சு: "நான் யாரிடமும் பேச விரும்பவில்லை..."

அவள் ஒரு பொம்மை போல எழுந்தாள்.

செவிலியர்கள் அவளை அழைத்துச் சென்றனர். அறையை விட்டு வெளியே வரும்போது, வசுந்தரா தாழ்வாரத்தின் வாசலில் நின்று கொண்டிருப்பதைக் கண்-டாள். வசுந்தரா போனில் பேசிக் கொண்டிருந்தாள். தேவிகா நடுக்கத்துடன் நடப்-பதை நிறுத்தினாள்.

பிறகு சற்றுத் திரும்பிச் சென்று வசுந்தராவை மீண்டும் ஒருமுறை திரும்பிப் பார்த்தாள் (பிரேமில் வசுந்தரா இல்லை. தேவிகா கேமராவைப் பார்க்கிறாள்)

அவள் முகம் மாறியது. அவள் செவிலியர்களின் கைகளை எறிந்தாள். அவள் சத்தமாக அழுதாள்.

டாக்டர் வேணியும், இந்திரகுமாரும் ஓடி வந்தனர்.

*****

காட்சி - 5

பகல்நேரம்

கார் சுயாரி.

தேவிகா காரின் பின் இருக்கையில் அமர்ந்து பயணிக்கிறாள். இப்போது அவள் அழகான பெண்.

வெளியில் உள்ள அழகிய காட்சிகளை அவள் ரசிக்கிறாள்.

காரை இந்திரகுமார் ஓட்டி வருகிறார்.

அடுத்த கேமரா ஷாட்டில், தேவிகாவின் அருகில் பத்ரா வருகிறாள்.

பத்ராவும் பதினேழு வயது அழகான பெண். ஆனால் பத்ராவை விட தேவிகா அழகானவர்.

இந்திர குமார் (உற்சாகத்துடன்): "இன்றைய சிறப்பு பற்றி உங்களுக்குத் தெரி-யுமா?"

தேவிகா (மகிழ்ச்சியுடன்): "நாங்கள் வீட்டிற்கு வருகிறோம்."

இந்துஸ் குமார்: "அது மட்டும் இல்ல..!"

தேவிகா (பரபரப்புடன்): "அப்புறம்..?

இந்திரகுமார்: "இன்று உன் பிறந்தநாள். மறந்துவிட்டதா ...?

தேவிகா: "அட ஸ்வீட் டாடி... நாங்க சேர்ந்து சாயங்காலம் கோவிலுக்கு போறோம்."

இந்திரகுமார் காரின் டேஷ்போர்டில் இருந்து ஒரு டின் சாக்லேட்டை எடுத்து தேவிகாவிடம் கொடுத்தான்.

தேவிகா வாங்கினாள்.

பத்ரா அதை தேவிகாவின் கைகளில் இருந்து பறித்தாள்.

பத்ரா: "அய்யடி... இது மட்டும்தான் உனக்கு வேணும்..."

தேவிகா: "அப்பா, இதைப் பார்க்கிறீர்களா?"

இந்திர குமார்: "மீதமுள்ள பரிசை பிறகு தருகிறேன்..."

*****

காட்சி - 6

பகல்நேரம்

ஒரு அழகான வீட்டின் முன் கார் வந்தது.

அது பழைய நாலுகெட்டு கேரளா பாணியில் புதுப்பிக்கப்பட்ட வீடு.

இது ஒரு ரிசார்ட், தனிமையான இடத்தின் அழகு.

காரில் இருந்து இந்திரகுமார் வெளியே வந்தான்.

காரின் டிக்கியை திறந்து பை மற்றும் பெட்டிகளை வெளியே எடுத்தான். தேவிகாவும் பத்ராவும் வீட்டின் அழகையும் சுற்றுப்புறத்தையும் ரசித்தபடி வெளியே வந்தனர். தேவிகா முற்றத்தின் மூலைக்கு ஓடினாள். ஊஞ்சல் கட்டில் உள்ளது. அவள் அதில் அமர்ந்து தொங்கினாள். பத்ரா வேறு இடத்திற்கு ஓடுகிறாள். நிலத்-தில் சிறிய கான்கிரீட் குளங்கள் உள்ளன. குளத்தில் இருக்கும் சிறு மீன்களைப் பார்க்கச் சென்றாள்.

சிரித்துக் கொண்டே ஓடி வருகிறாள் தேவிகா.

இந்திரகுமாரின் அழைப்பைக் கேளுங்கள். : "மகளே..?"

அப்பாவின் அழைப்பை நோக்கி இருவரும் ஓடுகிறார்கள்.

அவர்கள் படிப்புரை (கதவு) கடந்து நடுமுட்டம் (முற்றம்) வழியாக நடந்தார்-கள்.

எதிரே வந்த பெண்ணை பார்த்து இருவரும் அதிர்ச்சி அடைந்தனர்.

அது அம்மா வசுந்தரா (மருத்துவமனையில் கிடைத்த பேய்).

இரண்டு கிளாஸில் ஜூஸுடன் வந்திருக்கிறார்கள்.

வசுந்தரா (அன்புடன்): "மச்சம் (மகள்)..."

தேவிகா மற்றும் பத்ராவின் முகங்கள் கோபத்தில் இருண்டிருந்தன.

வசுந்தரா (மென்மையுடன்): "என்ன நடந்தது என் கண்ணே?"

தேவிகா கோபத்துடன் ரசத்தை விலக்கினாள்.

வசுந்தரா அதிர்ச்சியடைந்து முகத்தில் அடிபட்டவாறு நின்றாள்.

தேவிகாவும் பத்ராவும் கோபத்துடன் அறைக்குள் விரைந்தனர்.

வசுந்தரா கோபத்துடன் அவர்கள் சென்ற திசையை வெறித்துப் பார்த்தபடி நின்றாள். பின் கீழே அமர்ந்து தரையில் இருந்த கண்ணாடி துண்டுகளை எடுத்-தாள்.

அப்போது இந்திரகுமார் அங்கு வந்தார்.

இந்திரகுமார்: "என்ன விஷயம்?"

வசுந்தரா (கோபத்துடன்): "உன் மகள்தான் இதைச் செய்தாள்... அவளுக்கு என் ஜூஸ் வேண்டாம்.

இந்திர குமார்: "பரவாயில்லை, போகலாம்."

தரையிலிருந்து கண்ணாடித் துண்டுகளைப் பெறவும் அவளுக்கு உதவுகிறான்.

*****

காட்சி - 7

பகல்நேரம்

உட்புறம்.

தேவிகாவின் படுக்கை அறை.

தேவிகா தன் பொருட்களை சரி பார்க்கிறாள்...அவள் அலமாரிகளை திறக்கி-றாள், மேஜையை திறக்கிறாள், புத்தக அலமாரியை சரி பார்க்கிறாள்.

பத்ரா அதற்குள் வரைதல் புத்தகத்தை எடுத்தாள். அவள் படுக்கையில் அமர்ந்து பழைய ஓவியங்களைப் பார்த்துக் கொண்டிருக்கிறாள். அவளுடன் தேவி-காவும் இணைந்தாள்.

அப்போது யாரோ கதவைத் தட்டுகிறார்கள்.

"டம்... டம்... டம்"

தேவிகா கவனமாகக் கேட்டுக் கொண்டு பத்ராவைப் பார்த்துக் கொண்டிருக்கி-றாள்.

அப்போது தேவிகா தளர்ந்து எழுந்தாள். கதவை திறந்தாள்.

அறைக்கு வெளியே யாரும் இல்லை.

மீண்டும் அறைக்கு வந்தாள்.

தேவிகா (வெறுப்புடன் பத்ராவிடம்): "அது அந்த அசிங்கமான பெண்ணாக இருக்கலாம்."

பத்ரா வளாகத்தில் எதையோ கண்டுபிடித்தாள். தேவிகா சிறிய ஜன்னல் வழி-யாக அந்தப் பகுதியைப் பார்த்துக் கொண்டிருக்கிறாள். அங்கே வசுந்தரா தோட்-டத்தில் ஏதோ செய்து கொண்டிருக்கிறாள்.

தேவிகாவும் பத்ராவும் ஒருவரை ஒருவர் பார்த்துக் கொண்டனர்.

அந்த நேரத்தில் தோடியில் இருந்து யாரோ அழைப்பதை அவர்கள் கேட்-
டனர்.

தேவிகா ஜன்னலுக்கு சென்றாள். அவள் வளாகத்திற்கு கீழே பார்த்தாள்.

இந்திரன் குமார் வளாகத்தில் உள்ள குளத்தில் குளித்துக் கொண்டிருந்தான்.
ஜன்னலைப் பார்த்து தேவிகாவை அழைத்தான்.

தேவிகா பத்ராவின் கையைப் பிடித்துக் கொண்டு மகிழ்ச்சியுடன் அறையை
விட்டு வெளியேறினாள்.

வழியை விட்டு வெளியே வந்ததும், திறந்திருந்த கதவு வழியாக வசுந்தரா
அறையில் ஏதோ செய்து கொண்டிருப்பதைப் பார்த்தாள்.

அந்தப் பெண் வேறொரு உடையில் இருந்தாள்.

தேவிகாவின் முகம் சந்தேகத்தால் சுருங்கியது.

பத்ரா கையை இழுத்தாள்.

இருவரும் தரையில் ஓடினார்கள்.

கேமரா வசுந்தராவுக்கு கவனம் செலுத்துகிறது.

வசுந்தரா ஒரு பேய் தோற்றத்தில், கோபத்துடன் கேமராவைப் பார்க்கிறார்.

*****

காட்சி - 8

பகல்நேரம்

வளாகத்தில் குளம்.

இந்திரகுமார் குளித்துக் கொண்டிருக்கிறார். தேவிகாவும் பத்ராவும் ஆர்வத்து-
டன் குளத்தில் இறங்கினர்.

இந்திர குமார்: "இந்த குளம் எப்படி இருக்கிறது?"

பழைய குளத்தின் அழகை ரசித்த தேவிகா: "இந்தக் குளத்தை என் அப்பா
மூடியிருக்கலாமேன்னு நினைச்சேன்.

இந்திரன் குமார்: "இந்த நிலத்தை வாங்க வந்ததும், குளத்தை தான் முதலில்
மூட வேண்டும் என்று முடிவு செய்தேன். ஆனால் நான் அதை செய்யவில்லை.
இது நம் முன்னோர்களின் பாரம்பரியம்.

இந்த குளத்தில் நல்ல குளியல் உள்ளது. இது வேறு எங்கும் இல்லை..."

இந்திர குமார் (பத்ராவைப் பார்த்து): "நீ... வா."

தேவிகா அதையே பார்த்துக் கொண்டிருந்தாள். பத்ரா குளத்தில் இறங்கினாள்.
குளத்தில் இறங்க பத்ராவின் கையைப் பிடித்தார் இந்திரகுமார். அவளது கால்க-
ளும் மேலாடையும் தண்ணீரில் நனைந்தன.

இந்திரகுமாரும் பத்ராவும் ஒருவரையொருவர் கட்டிக்கொண்டு தண்ணீரில்
விளையாடினர். தேவிகா அதைப் பார்த்தாள். அவளுக்கு அது பிடிக்கவில்லை.
பத்ராவின் மீது இந்திரஸ்குமாரின் ஸ்பரிசம் வெறும் மகள் போல் இல்லை.

தேவிகா வருத்தமடைந்தாள்.

*****

காட்சி - 9

பகல்நேரம்

இந்திரகுமார் குளத்தில் இருந்து இறங்கி வீட்டிற்கு நடந்து சென்றார்.

அவன் உடல் நனைந்து ஈரமாக இருந்தது. ஈரமான நாயும் முன்னால் ஓடுகி-
றது.

அவன் பின்னால் தேவிகா நடந்து வருகிறாள்.

அவள் மகிழ்ச்சியில்லாமல் அவனைப் பார்த்தாள்.

பத்ரா தேவிகாவுடன் நடந்து வருகிறாள்.

பத்ரா மனதில் ஏதோ சிரித்தாள். அவள் ஈரமாகவில்லை.

அப்போது இந்திரகுமார் திரும்பி பத்ராவைப் பார்த்து சிரித்தான்.

தேவிகா கோபத்துடன் இருவரையும் பார்த்தாள்.

இந்திரகுமார் வீட்டிற்கு செல்கிறான். நாய் தண்ணீரை உறிஞ்சியது. அது முற்-
றத்திற்குச் செல்கிறது.

பத்ரா முற்றத்தின் மூலையில் இருந்து ஒரு வயதான பெண்மணியின் சைக்-
கிளை தள்ளினாள்.

பத்ரா அதை ஓட்ட முயற்சிக்கிறாள்.

ஆனால் சுழற்சி முன்னோக்கி செல்லவில்லை. அது பழையபடி பிடிவாதமாக
இருந்தது.

தேவிகா (கேலி செய்தார்): "முட்டாள், இது பல வருடங்களில் துருப்பிடித்து-
விட்டது."

பத்ரா விரக்தியுடன் சைக்கிளைக் கைவிட்டாள்.

இருவரும் வீட்டிற்குள் சென்றனர்.

*****

காட்சி - 10

பகல்நேரம்

உட்புறம்.

தேவிகாவும் பத்ராவும் அறைக்குச் செல்கிறார்கள்.

தேவிகா ஒரு அறையைக் கேட்டாள். அங்கிருந்து அவள் முணுமுணுப்பும்
சிரிப்பும் கேட்டாள்.

அவள் கதவு இடைவெளி வழியாக பார்த்தாள்.

இந்திர குமாரும் வசுந்தராவும் ஒருவரையொருவர் இச்சையுடன் அணைத்துக்
கொள்கிறார்கள்.

பத்ரா (தேவிகாவின் தோளைப் பார்த்து): "அங்கே என்ன இருக்கிறது?"

தேவிகா (பத்ராவைப் பார்க்கவிடாமல் தடுக்கிறாள்): "ஈட்டி! புல் ஷிட் ... இங்கே வருகிறது ..."

தேவிகா பத்ராவை வளைத்தாள்.

இருவரும் மேலே சென்றனர்.

*****

காட்சி - 11

பகல்நேரம்

உட்புறம்.

படுக்கையறையின் கதவைத் தள்ளினார்கள். தேவிகாவும் பத்ராவும் அறைக்-குள் நுழைந்தனர். பத்ரா பாத்ரூம் செல்கிறாள்.

தேவிகா வருத்தப்பட்டாள்.

சிறிது நேரம் ஜன்னல் வழியாக வெளியே பார்த்துக் கொண்டிருக்கிறாள்.

மேசையில் இருக்கும் வெளிப்படையான தண்ணீர் குடத்தைப் பார்த்தால் தண்-ணீர் இல்லை.

குடத்துடன் அறையை விட்டு வெளியே சென்றாள்.

*****

காட்சி - 12

பகல்நேரம்

உட்புறம்.

தேவிகா தண்ணீர் குடத்துடன் மெதுவாக வந்தாள்.

சுற்றும் முற்றும் பார்த்துவிட்டு ஃப்ரிட்ஜில் சென்று திறந்து தண்ணீர் குடத்தை நிரப்பினாள். அவள் தண்ணீர் குடிக்கவில்லை.

தேவிகா திரும்பி சென்று கொண்டிருந்தாள்.

பெற்றோரின் அறையில் இருந்து அவள் முணுமுணுப்பு, கிசுகிசு மற்றும் சிரிப்பு சத்தம் கேட்டது.

அவள் அதைக் கேட்டாள்.

அவள் கதவு இடைவெளி வழியாக பார்த்தாள்.

படுக்கையறையில் உடலுறவில் இருந்த தன் அப்பா இந்திர குமாரையும் வசு-தாராவையும் பார்த்தாள்.

தேவிகா குமுறினாள்.

அறியாமல் அவள் கையில் இருந்து தண்ணீர் குடம் ஏற்ற இறக்கமாக இருந்-தது. தரையில் தண்ணீர் மிதந்தது.

தண்ணீர் விழும் சத்தம் கேட்டு வசுந்தரா அதிர்ந்தாள். கதவைப் பார்த்தாள்.

தேவிகா வாசலில் இருந்து மாற்றப்பட்டாள்.

அவள் கையிலிருந்து தண்ணீர் குடம் கீழே விழுந்தது.

தேவிகா அங்கிருந்து ஓடினாள்.

******

காட்சி - 13

பகல்நேரம்

உட்புறம்.

தேவிகாவின் படுக்கையறை.

பத்ரா குளியலறையிலிருந்து வெளியே வந்தாள்.

ஜன்னல் அருகே மேசையில் இருந்த குடத்தில் (தேவிகாவின் அதே தண்ணீர் குடம்) தண்ணீர் குடிக்கிறாள்.

பத்ரா குடத்தில் இருந்து தண்ணீர் குடிக்கும் போது தேவிகா கதவை திறந்து உள்ளே ஓடி வந்து கதவு மூடப்பட்டது.

அவள் மூச்சிரைக்கிறாள்.

"என்ன விஷயம்?"

பத்ரா சைகை மொழியில் கேட்டாள்.

தேவிகாவின் சைகையில் அவள் எதுவும் சொல்லவில்லை என்பதை காட்டு-கிறது.

அவளால் மூச்சிரைப்பதை நிறுத்த முடியவில்லை.

பத்ராவின் கையிலிருந்து குடத்தைப் பிடுங்கினாள்.

அவள் குடத்தில் இருந்து தண்ணீர் பசியுடன் குடிக்கிறாள்.

*****

காட்சி - 14

பகல்நேரம்

உட்புறம்.

வசுந்தராவின் அறை.

வசுந்தரா இந்திர குமாருடன் உடலுறவில் ஈடுபட்டுள்ளார்.

அவள் இந்திர குமாரின் மேல் அமர்ந்து உடலுறவு கொள்கிறாள். அதற்குள் கோபம் வந்து கதவைப் பார்த்தாள்.

யாரோ அவர்களைப் பார்ப்பது அவளுக்குப் புரிந்தது.

இந்திரகுமாரின் உடலில் இருந்து வசுந்தரா குதித்தார். அவனுக்கு ஒன்றும் புரியவில்லை.

வசுந்தரா தன் நிர்வாணத்தை மறைத்துக்கொண்டு தன் ஆடையைக் குவித்-துக்கொண்டு வாசலுக்கு வருகிறாள்.

இந்திரகுமார்: "என்ன?"

வசுந்தரா: "யாரோ பார்க்கிறார்கள் போலிருக்கிறது. அவள் இருப்பாள். தண்-ணீர் விழும் சத்தம் கேட்டது."

வாசலில் தரையில் தண்ணீர் இல்லை.

வசுந்தரா: "ஆனால் நான் இங்கே தண்ணீரைப் பார்க்கவில்லையா?"

இந்திர குமார்: "அப்படியானால், நீங்கள் கற்பனை செய்திருப்பீர்கள். கதவைப் பூட்டுங்கள்."

அறைக் கதவைச் சிறுமையுடன் பூட்டிக்கொண்டாள்.

மேலும் அவள் முணுமுணுத்தாள்: "நீங்கள் அறையின் கதவைப் பூட்டாமல் என்னுடன் உடலுறவு கொள்கிறீர்கள்.

அவள் அதைப் பார்த்தாளா? "

இந்திர குமார்: "அது இல்லை."

வந்து கட்டிலில் அமர்ந்தாள். அவளைத் தொடப் போகிறான். வசுந்தரா கையை உயர்த்தி நகர்ந்தாள்.

வசுந்தரா: "உட்காருங்க..."

இந்திரகுமார் வெட்கத்துடன் அமர்ந்திருக்கிறார்.

இந்திரன் குமார்: "அவள் எங்கள் பாலினத்தைப் பார்த்தால், அது அநாகரீக-மாக இருக்கும். ஆனால் ... இல்லை ... முழு மனநிலையும் தூக்கி எறியப்பட்-டது."

இருவரும் சும்மா இருந்துவிட்டு கட்டிலில் அமர்ந்தனர்.

*****

காட்சி - 15

பகல்நேரம்

வெளிப்புறம்.

தேவிகாவும் பத்ராவும் வராண்டாவில் நாற்காலியில் அமர்ந்து புத்தகங்களைப் படித்தனர்.

பத்ரா ஒரு படக் கதையைப் படித்து சிரித்தாள்.

அதை தேவிகாவிடம் காட்டினாள்.

அந்தப் புத்தகத்தைப் படித்து தேவிகா சிரித்தாள்.

இந்திரகுமார் வருகிறார். அவரது உடை பெர்முடா மற்றும் டி-சர்ட்.

ஒரு நியதியைக் காட்டுகிறேன்'' என்று மகிழ்ச்சியுடன் கூறினார்.

கோபத்துடன் அவனைப் பார்த்தாள்.

அவள் கண்கள் அவன் உடல் முழுவதையும் தொட்டன.

இந்திரகுமார் புரிந்து கொண்டார். அவனுக்குள் லேசான வெட்கம் இருந்தது.

பத்ரா மகிழ்ச்சியுடன் எழுந்தாள். இந்துஸ்குமாரின் வெட்கம் மறைந்தது.

பத்ரா தேவிகாவின் பக்கம் திரும்பி வருவதற்கான அறிகுறியைக் காட்டினாள். பத்ரா மகிழ்ச்சியுடன் இந்திரகுமாருடன் செல்கிறாள்.

*****

காட்சி - 16

பகல்நேரம்

வெளிப்புறம்.

இந்திரகுமார் பத்ராவை காதல் பறவைகளின் கூண்டுக்கு அழைத்துச் சென்-றார். தேவிகா தூரத்தில் திரும்பி வந்தாள்.

இந்திரகுமாரும் பத்ராவும் கூச்சலிடும் பறவைகள். தேவிகாவும் வருகிறாள்.

அவள் மனச்சோர்வை மறந்துவிடுகிறாள்.

இந்திரகுமார் கூறுகிறார்: "இது எனது சிறப்பு செல்லம். இதன் பெயர் என்ன தெரியுமா?"

பத்ராவும் தேவிகாவும் வேண்டுமென்றே பார்க்கிறார்கள்.

இந்திரகுமார் அவர்களை ஆர்வத்துடன் பார்க்கிறார்.

தேவிகா (இன்பமாக): "தேவு..!"

இந்திர குமார்: "பத்ரா."

பத்ரா: "ஹே..."

பத்ரா இந்திரகுமாரை அணைத்துக் கொண்டாள்.

இந்திர குமார் அவளை காற்றில் ஏற்றி வளர்த்தான்.

தேவிகாவின் முகம் கோபத்தால் இருண்டது.

கூண்டில் இருந்த அந்த காதல் பறவையை உற்றுப் பார்த்தாள்.

அவள் சில அடிகள் பின்னால் திரும்பி வெறுப்புடன் நிறுத்தினாள். தேவி-காவை மையமாக வைத்து கேமரா அமைக்கப்பட்டுள்ளது

இந்திரகுமாரின் முகம் கிட்டத்தட்ட தேவிகாவின் முகத்தை தொடுவது போல் இருந்தது.

இந்திர குமார் (அன்புடன்): "என் மகளுக்கு என்ன பிரச்சனை? எனக்கு ஒரு முத்தம் கொடுங்கள்."

தேவிகா (தடையாக): "அப்பாவின் ஸ்பெஷல் செல்லப்பிள்ளை யார்?"

இந்திரன் குமார் தேவிகாவின் உதடுகளைத் தொடுகிறான்: "என் செல்ல மகள்..."

தேவிகா (திருப்புமுனை): "ஏன் அந்தப் பறவைக்கு பத்ரா என்று பெயர்?"

இந்திரகுமார்: "என்ன சொல்கிறாய்?"

கூண்டுக்கு அருகில் நிற்கும் காதல் பறவைகளை அரவணைக்கும் பத்ரா.

தேவிகா பத்ராவைக் காட்டி இந்திரகுமாரிடம் சொன்னாள்: "யாரும் அவளைக் காதலிப்பது எனக்குப் பிடிக்கவில்லை, ஏனென்றால் நான் அவளைக் காதலிக்கி-றேன். என்னைத் தவிர யாரும் அவளை நேசிக்க வேண்டாம்."

இந்துஸ்குமார் பீதியடைந்துள்ளார்.

தேவிகா நடந்தாள்.

******

காட்சி - 17

இரவில்.

உட்புறம்.

வசுந்தரா டைனிங் டேபிளில் இரவு உணவை எடுத்துக் கொண்டாள்.

இரவு உணவு மூன்று தட்டுகளில் வழங்கப்படுகிறது.

உணவு பரிமாறும் போது வசுந்தரா அழைக்கிறாள்: "மௌளாய்..?"

தேவிகாவும் பத்ராவும் கலங்கிய முகத்துடன் சாப்பிட வந்தனர்.

வசுந்தரா: "உன் அப்பா எங்கே?"

தேவிகா வசுந்தராவை ஏளனமாகப் பார்த்துக் கொண்டிருந்தாள்.

தேவிகா கறியை எடுத்து சோற்றில் ஊற்றினாள்.

பத்ரா சாப்பாட்டுக்கு முன்னால் இருந்தாள். அவள் இரண்டையும் எதிர் பார்க்-
கிறாள்.

வசுந்தரா தேவிகாவின் செய்கைகள் பிடிக்காதது போல் அவளையே பார்த்துக்
கொண்டிருக்கிறாள்.

வசுந்தராவை விட தேவிகாவுக்குப் பிடிக்கவில்லை. அவள் வசுந்தராவை
அடிக்கடி வெறித்துப் பார்த்துக் கொண்டிருக்கிறாள்.

வசுந்தரா (வாசலைப் பார்த்து இந்திரகுமாரிடம்): "நீ இரவு உணவிற்கு
வராதே... ஹோ... இரவு உணவைக் கூப்பிட்டுக் கூப்பிட்டுப் பின் நட..."

எதுவுமே தன்னை பாதிக்காததால் தேவிகா சாப்பாடு சாப்பிடுகிறாள்.

பத்ரா நம்பமுடியாமல் சாப்பிடுகிறாள்.

வசுந்தரா சாப்பாடு சாப்பிட ஆரம்பிக்கவில்லை. அவள் தேவிகாவை நிதான-
மாகப் பார்க்கிறாள்.

தேவிகா இரண்டு மூன்று முறை தேடும் போது வசுந்தரா தேவிகாவையே
பார்த்துக் கொண்டிருக்கிறாள். தேவிகா கோபமடைந்தாள்.

சாப்பாடு தட்டை எடுத்து வசுந்தராவின் முகத்தில் வீசினாள். வசுந்தரா சாதம்
மற்றும் கறியில் குளித்தாள். அவள் அதிர்ச்சியடைந்தாள்.

தேவிகா எழுந்து வெளியே செல்ல முயல, வசுந்தரா அவளைப் பத்திரமாகப்
பிடித்துக் கொண்டாள். வசுந்தரா கன்னங்களில் அறைந்தாள்.

வசுந்தரா: "உனக்கு ரொம்ப திமிர்?"

பின்னர் தேவிகாவை சரமாரியாக அடித்தார்.

வசுந்தரா: "சமீபத்தில் வந்ததை மன்னித்துவிட்டேன். நீ என்னை ஆள்கிறாயா?

பத்ரா உணவு உண்பதையும் இந்தச் செயல்களைப் பார்ப்பதையும் நிறுத்தினாள்.

இந்திரகுமார் ஓடிவந்தார். அவர் வசுந்தராவை இழுத்து அணைத்தார்.

இந்திரகுமார் (வசுந்தராவிடம்): "என்ன இது..?"

வசுந்தரா (தன் உடலில் உள்ள உணவு கழிவுகளை சுட்டிக்காட்டினார்): "இதை பார்க்காதே ..."

தேவிகா கூச்சமில்லாமல் போகிறாள்.

பத்ராவும் செல்கிறாள்.

*****

காட்சி - 18

இரவில்.

உட்புறம்.

தேவிகாவின் படுக்கையறை.

தேவிகாவும் பத்ராவும் ஒரு படுக்கையில் முழுவதுமாக விளக்குகள் அணைந்து கிடக்கிறார்கள்.

ஜன்னல் வழியாக வெளிச்சம் வருகிறது.

பயங்கரமான சூழ்நிலை.

தேவிகாவின் முகத்தில் கேமரா ஃபோகஸ்.

முகத்தில் பயங்கரமான தசைகள்.

தேவிகாவின் மனம் கனவில் மாட்டிக் கொள்கிறது.

*****

காட்சி - 19

இரவில்.

உட்புறம்.

தேவிகாவின் படுக்கையறை.

தேவிகாவின் கனவு.

தேவிகாவும் பத்ராவும் கட்டிலில் தூங்குகிறார்கள்.

ஜன்னலிலிருந்து ஒரு கசப்பான நிலவு வெளிச்சம் மட்டுமே.

ஒரு பயங்கரமான சூழ்நிலை உள்ளது.

பத்ரா பயங்கரமான ஒலியை எழுப்பினாள். அவள் கண்கள் மூடியிருக்கின்றன.

யாரோ பத்ராவுக்கு பாலியல் தொல்லை கொடுக்கிறார்கள்.

பையன் தெரியவில்லை.

பத்ராவின் தலை, பாலுணர்வை நோக்கி நகர்கிறது.

வலியால் கதறுகிறாள்.

******

காட்சி - 20

இரவில்.

உட்புறம்.

தேவிகாவின் படுக்கையறை

(காட்சியின் தொடர்ச்சி 18.)

தேவிகாவின் முகத்தின் குளோஸ் அப் ஷாட்

திடிரென்று தூக்கத்தில் இருந்து எழுந்தாள். கேமரா படிப்படியாக அகலமானது. தேவிகா படுக்கையில் பத்ராவை தேடுகிறாள். அவள் படுக்கையில் இல்லை.

ஜன்னல் வழியாக நிலவொளி வந்தது.

தேவிகா அவசரமாக எழுந்து வருகிறாள்.

திடிரென்று, படுக்கையறையின் கதவு மெதுவாகத் திறக்கப்பட்டது. தேவிகா அங்கேயே பார்த்தாள்.

இருட்டில், கதவு போல்ட் போடாமல் அப்படியே மூடியிருந்தது. அது மெதுவாக திறக்கிறது. அச்சம் நிறைந்த சூழல் நிலவுகிறது.

தேவிகா பயத்துடன் தன் படுக்கையில் மெதுவாக படுத்தாள்.

அவள் போர்வையால் மூடினாள்.

சில கணங்கள் மூச்சை நிறுத்தினாள். பிறகு முகத்தில் இருந்த போர்வையை மாற்றினாள்.

அவள் இருட்டில் பார்த்தாள். இருட்டில், யாரோ தரையில் முழங்காலில் விரிந்-தனர். அது சுழன்று அவளை நெருங்குகிறது.

தேவிகா அதிர்ச்சியுடன் அதைப் பார்த்துக் கொண்டிருந்தாள்.

அவளால் பயத்துடன் நகரக்கூட முடியவில்லை. பயத்தால் அவளால் சத்தம் போட முடியாது.

கட்டிலின் அடிவாரத்தில் அந்த கருமையான உருவத்தைப் பார்த்தாள். தெளி-வற்ற வடிவம் கருப்பு நைட் கவுன் அணிந்த ஒரு பயமுறுத்தும் பெண்.

அந்த நொடியே, பயமுறுத்தும் கருமையான வடிவம் படுக்கையின் மேற்புறத்தில் நுழைந்தது, கால்கள் தேவிகாவின் கால்களின் இருபுறமும் படிந்து நின்றன.

முகம் தெளிவாக இல்லாவிட்டாலும் உருவம் வசுந்தராவைப் போலவே இருக்-கிறது.

இப்போது பயந்த கருமையான வடிவம் தேவிகாவின் இருபுறமும் கால்களை வைத்தது.

தேவிகாவின் உடலில் பயத்தின் கருப்பு நைட் கவுனின் விளிம்பு பரவியது.

அடுத்த கணம், பயந்த கருமை வடிவம் அவள் கால்களை தேவிகாவின் மார்-பின் இருபுறமும் பொருத்தியது.

தேவிகா பயந்து நிமிர்ந்து பார்த்தாள்.

பயம் அவள் கண்களுக்கு முன்னால் நிற்கும் மலை போல் தெரிகிறது.

வடிவின் வடிவம் பயமுறுத்தும் முன் வந்தது. தேவிகாவின் முகத்தை மூடியி-ருந்த கருப்பு கவுன். அவளுக்கு மூச்சுத் திணறல் ஏற்பட்டது.

இருள்.

அடுத்த கணம் தலையை ஆட்டி எழுந்தாள்.

படுக்கையறையில் பழக்கமில்லாத விஷயங்கள் இல்லை.

ஆனால் பத்ரா படுக்கையறையில் இல்லை.

தேவிகா எழுந்தாள். அவள் ஒளியின் சுவிட்சைப் பெற்றாள், ஆனால் அவள் போட மறுத்தாள்.

பிறகு படுக்கையறையின் கதவைத் திறந்தாள். அவள் மிகவும் மெதுவாக படிக்-கட்டுகளில் இறங்குகிறாள். எங்கும் இருண்ட வெளிச்சம்.

அனைவரும் தூங்குவது போல் அமைதி நிலவுகிறது.

தேவிகா ஹாலுக்கு வந்து அறைகளை கவனித்தாள். வசுந்தராவின் அறைக் கதவு கொஞ்சம் திறந்து இருப்பதைப் பார்த்தாள்.

மெதுவாக நடந்து அந்த அறைக்கு வந்தாள்.

வசுந்தராவின் அறை காலியாக இருந்தது.

அவள் முகத்தில் வெறுப்பு தெரிந்தது.

******

காட்சி - 21

இரவில்.

உட்புறம்.

தேவிகாவின் படுக்கையறை

வெளிச்சம் இல்லை.

ஜன்னலிலிருந்து நிலவு வெளிச்சத்தில் பாதிதான் இருக்கிறது. கட்டில்கள் காலியாக உள்ளன.

பாதி வெளிச்சத்தில் குளியலறையின் கதவு திறக்கப்பட்டது.

குளியலறையில் வெளிச்சம் இல்லை.

பத்ரா குளியலறையிலிருந்து வெளியே வந்தாள். குளியலறையின் கதவை பூட்-டினாள்.

ஏதோ மர்மமான காரியம் செய்துவிட்டவள் போல், அவள் கட்டிலில் மாட்டிக் கொண்டு வந்து கட்டிலில் அமர்ந்தாள் . பின்னர் அவள் நீண்ட சுவாசத்துடன் படுக்கையில் படுத்துக் கொள்கிறாள்.

******

காட்சி - 22

இரவில்.

உட்புறம்.

மண்டபம்.

இருள்.

ஜன்னலிலிருந்து பாதி வெளிச்சம்தான்.

வசுந்தரா தன் அறையில் இல்லை என்பதை தேவிகா உணர்ந்தாள்.

பிறகு அங்கே தேடினாள்.

ஜன்னல் அருகே நின்றாள்.

இருண்ட நிலா வெளிச்சம் இருந்தது.

தேவிகா தோட்டத்து பெஞ்சில் எதையோ பார்த்துக் கொண்டிருக்கிறாள். நிழல்-கள் நகர்கின்றன.

பெஞ்சில் இரண்டு பேர் இருந்தனர்.

தேவிகா ஹாலின் கதவை மெதுவாகத் திறந்தாள். அவள் பதுங்கி தோட்டத்-திற்கு நடந்தாள்.

*****

காட்சி - 23

இரவில்.

தோட்டம்.

நிலவொளி இருந்தது.

தோட்டத்து பெஞ்சில் வசுந்தராவும், இந்திரகுமாரும் காதலித்து வந்தனர். அவர்கள் ஆர்வத்துடன் திறந்த உடலுறவு செய்து கொண்டிருந்தனர். இந்திரகுமார் அவள் மீது கவர்ச்சியான தாளத்துடன் நகர்ந்தான்.

வசுந்தராவின் கருப்பு நைட் கவுன் கிட்டத்தட்ட அவிழ்க்கப்பட்டது.

தேவிகா வராந்தாவின் இருளில் இருந்து இதைப் பார்த்துக் கொண்டிருக்கி-றாள்.

******

காட்சி - 24

இரவில்.

உட்புறம்.

சமையலறை.

மந்தமான வெளிச்சத்தில், ஒரு கை சமையலறையில் உள்ள பலகைகளில் எதையோ தேடுகிறது. அது ஒரு கறுப்பு கையாக இருந்தது.

கறுப்பு நிற கவுன் அணிந்த கை அது.

அது ஒரு கத்தியைத் தேடித் தேர்ந்தெடுத்தது.

கத்தியை கையில் எடுத்ததும் ஒரு ஸ்பூன் கீழே விழுகிறது.

இன்னும் அந்த நபரின் வடிவம் தெரியவில்லை.

*****

காட்சி - 25

இரவில்.

தோட்டம்.

தேவிகா தோட்டத்திற்கு அருகில் உள்ள வராண்டாவில் இருக்கிறாள்.

ஸ்பூன் விழுந்த சத்தம் கேட்டது.

அவள் அதிர்ச்சியடைந்து மிகவும் கவனம் செலுத்தினாள்.

திரும்பி நடக்கையில் தோட்டத்து பெஞ்சில் இருந்த வசுந்தராவையும் இந்திர-குமாரையும் திரும்பி பார்த்தாள்.

வசுந்தரா அவளைப் பார்த்து மறைந்திருந்த பொறாமையுடன் ரகசியமாகச் சிரித்தாள்.

தேவிகா வேகமாக ஹாலுக்கு நடந்தாள்.

******

காட்சி - 26

இரவில்.

உட்புறம்.

தேவிகா மண்டபம் வழியாக நடந்தாள்.

அவள் சமையலறைக்குச் செல்கிறாள்.

இருண்ட வெளிச்சத்தில், தேவிகா கறுப்பு நெட் கவுனின் ஒரு பகுதி சமைய-லறை வழியாக நகர்வதைப் பார்க்கிறாள்.

அவள் அதிர்ச்சியடைந்தாள்.

நடுக்கத்துடன் கதவை நெருங்கினாள்.

சமையலறைக்குள் ஒரு இருண்ட பயம் நிற்கிறது.

அது ஒரு பளபளப்பான கத்தியுடன் நிற்கிறது.

ஜன்னல் வழியே வரும் வெளிச்சத்தில் கத்தியின் உரோமம் பளபளக்கிறது.

அந்த பயமுறுத்தும் கருமையான வடிவம் வசுந்தராவைப் போலவே இருக்கிறது.

அதைத்தான் தேவிகா படுக்கையறையில் எதிர்கொண்டாள்.

அது யாரையோ குறிவைக்க கத்தியுடன் செல்வதை அவள் கவனித்தாள்.

அவள் அங்கே பார்த்தாள்.

சமையலறைக்குள் இன்னொருவர் இருக்கிறார்.

அது பத்ரா. அவள் அதையொட்டி திகைத்தாள். எதையோ தேடுகிறாள்.

பயமுறுத்தும் இருண்ட வடிவம் கத்தியுடன் பத்ராவின் பின்னால் வந்தது. பத்ரா அங்கே என்ன செய்கிறாள் என்று தேவிகாவுக்குப் புரியவில்லை.

பயங்கரமான இருண்ட வடிவம் பத்ராவின் மீது கத்தியை உயர்த்தியது.

அது கத்தியால் அறைய முயன்றபோது, தேவிகா திடிரென பலத்த அலறலுடன் குதித்தார்.

பத்ரா பயந்து, உரத்த குரலில் அழுதாள்.

படபடப்பு மற்றும் கிளர்ச்சிக்குப் பிறகு, பத்ரா திடிரென்று சமையலறை விளக்-குகளை அணைத்தாள். தேவிகா தரையில் படுத்திருக்கிறாள். கருப்பு நைட் கவு-

னின் விளிம்பு கதவுக்கு வெளியே செல்வதைப் பார்த்தாள். அது வெளியேறி மறைந்தது. கத்தி தரையில் கிடந்தது.

சமையலறைப் பலகையில் சாதம் , கறிகள் சிதறிக் கிடக்கின்றன . அதை பத்ரா செய்துள்ளார்.

மூச்சிரைப்புடன் இருவரும் அங்கேயே நின்றனர்.

வசுந்தராவும், இந்திரகுமாரும் ஓடி வந்தனர்.

வசுந்தரா (கோபம்) தேவிகாவிடம்: "என்ன இது..?"

(சிதறிய அரிசியையும் கறியையும் சுட்டிக்காட்டி)

வசுந்தரா, அவளை அடிக்க முயல்கிறாள்: "நீ... நான் செய்வேன்..."

இந்திரகுமார் வசுந்தராவை நிறுத்தினார்: "இல்லை."

இந்திரகுமார், அன்புடன் தேவிகாவின் உடலில் இருந்து அரிசியை அகற்றி-னார்.

இந்திர குமார்: "என்ன குழந்தை இது...?"

தேவிகா வெறுப்புடன் அவனிடமிருந்து பிரிந்தாள்.

******

காட்சி - 27

பகல்நேரம்

வெளிப்புறம்.

தேவிகாவும் பத்ராவும் லவ் பேர்ட்ஸ் கூண்டுக்கு வந்தனர்.

இந்திர குமாரின் செல்லப் பறவை தேவிகாவால் கவனிக்கப்பட்டது.

பத்ராவைப் பார்த்து சிரிக்கிறாள். கூண்டைத் திறந்து கையை உள்ளே வைத்-தாள். கூண்டில் இருந்த செல்லப் பிராணியை நசித்தாள். இருவரும் சிறிது நேரம் சிரித்துக் கொண்டே நச்சரித்தனர்.

திடிரென்று, தேவிகா பறவையை நசுக்குவதை நிறுத்தினாள், அவளுக்கு ஏதோ நினைவு வந்தது.

அவள் சிறிது நேரம் நின்று கூண்டிலிருந்து வெளியேறினாள்.

ஆனால் பத்ரா அதைப் பார்க்கவில்லை, ஏனென்றால் அவள் பறவையைக் கூப்பிடுவதில் ஈடுபட்டிருந்தாள்.

அந்த வளாகத்தில் பயன்பாட்டில் இல்லாத பழைய மூடுபனி கார் ஷெட் இருந்தது. தேவிகா அங்கு சென்றாள்.

அவள் அதன் துருப்பிடித்த பூட்டை ஒரு கல்லால் உடைத்து கதவைத் திறக்-கிறாள்.

*****

காட்சி - 28

பகல்நேரம்

உட்புறம்.

இந்திரா குமார் பழைய மலையாளப் பாடலின் ஹம்மிங்குடன் மண்டபத்தின் வழியாக நடந்து செல்கிறார்.

அவர் தரையில் ஒரு துளி இரத்தத்தை கண்டார். மற்றொரு இரத்த துளி அருகில். நிறுத்திப் பார்த்தான். இந்திரகுமாருக்கு சந்தேகம் ஏற்பட்டது.

சங்கிலியாக ரத்தத் துளிகளும் இருந்தன. பிறகு அதைத் தொடர்ந்தார். அது அவரை சமையலறைக்கு அழைத்துச் சென்றது.

மண்டியிட்டு அவர் இரத்தத் துளிகளைப் பின்தொடர்ந்தார்.

வசுந்தரா கிச்சன் ஸ்லாப் முன் நிற்கிறாள். அவள் சிவப்பு நிற நைட் கவுன் அணிந்திருக்கிறாள். அவளது நைட் கவுன் முழங்கால் வரை உயர்ந்தது. (வசுந்-தரா என்பது பார்வையாளர்களுக்குத் தெரியவில்லை.)

அவளுடைய வெள்ளை முன் கால் இரத்த துளிகளை ஒட்டிக்கொண்டது.

அந்த நேரத்தில், வசுந்தராவின் கணுக்காலில் இருந்த ரத்தத் துளிகளை இந்-திரகுமார் தொட்டார்.

அவள் திகைப்புடன் திரும்பிப் பார்த்தாள்.

அவள் உதடுகளில் ரத்தமும் வாயிலிருந்து ரத்தமும் வழிந்தது. அவள் குரல் கொடுத்தாள். இந்திரகுமார் கதறி அழுதார்.

பின்னர் அவர் அவளது கிண்ணத்தில் ரொட்டி மற்றும் சிவப்பு சாஸ் கண்டார்.

வசுந்தரா: "என்ன இது?"

இந்திரன் குமார்: "என்ன மனைவி இது? ஆணுக்கு பயமுறுத்த பிறந்தவரா?"

வசுந்தரா: "யாருக்கு வலிக்கிறது...?"

இந்துஸ்குமார்: "சாஸ் முழுவதையும் தரையில் கொட்டி விட்டீர்களா?

இரத்தம் என்று நினைத்தேன்..."

வசுந்தரா தரையில் சாஸ் துளிகளைப் பார்க்கிறாள்.

வசுந்தரா: "ஓ அப்படியா..?"

வசுந்தராவை கத்தியபடி சிரிக்க வைத்துள்ளார். இந்திரகுமாரும் சிரிக்கிறார்.

இந்திராஸ் குமார் தூரத்தில் ஜன்னல் வழியாக ஒரு விசேஷத்தைப் பார்த்தார். அவர் அதில் கவனம் செலுத்தினார்.

வசுந்தரா ஒரு ஸ்காலவாக் கொண்டு அவன் மூக்கில் சிறிது சாஸ் தடவினாள்.

வசுந்தரா: "என் திருடன்..."

இந்திரகுமார் அதைத் தீவிரமாகத் துடைத்துவிட்டு வசுந்தராவை அதில் கவனம் செலுத்த அழைத்தான்.

இந்திரன் குமார்: "ஓ ம்ம்... அதோ பாரு"

பயனற்ற கார் ஷெட்டில் இருந்து தேவிகா வெளியே வருவதை பார்த்தனர்.

அவள் ஒரு பழைய பெட்டியை வைத்திருக்கிறாள். அவள் அதனுடன் நடக்-
கிறாள்.

வசுந்தரா: "அவள் கையில் என்ன இருக்கிறது? பெட்டியா! ... அந்த கொட்-
டகையில் என்ன இருக்கிறது? நான் அதைப் பார்த்ததில்லை."

இந்திரகுமார்: "இங்கே பராமரிப்பு பணி நடக்கும் நேரத்தில் சிமென்ட் சாக்குகள்
இருந்தன. அப்போது வர்மாவின் குடும்பத்தினர் இங்கு வசிக்கும் போது உடைந்த
கட்டில் அல்லது மேஜை இருக்கலாம் . இந்த பெட்டிகளை நான் பார்த்ததில்லை.

வசுந்தரா: "இந்த பொண்ணுக்கு எப்படி பிடிச்சது?"

இந்திர குமார்: "அவளிடம் கேட்கலாம்..."

சட்டென்று வசுந்தரா அவனைத் தடுத்தாள்: "சண்டை தேவையில்லை அவள்
அதனுடன் விளையாடட்டும்..."

இந்திரகுமார் ஆகியோர் அடங்கியுள்ளனர்.

******

காட்சி - 29

பகல்நேரம்

உட்புறம்.

பத்ராவும் தேவிகாவும் பழைய பெட்டியைப் பிடித்துக்கொண்டு பெட்ரூமுக்குப்
போகிறார்கள். பெட்டியை கட்டிலில் வைத்ததும், அவசரத்தில் தேவிகா கதவைப்
பூட்டினாள்.

நேரம் முயற்சி செய்து பெட்டியை திறந்தனர். சில பழைய புத்தகங்கள், குறிப்-
பேடுகள், பாடப்புத்தகங்கள், மஞ்சாடிக்குரு, Éclair wrappers, ஒரு குழந்தை
பொம்மை மட்டுமே கிடைத்துள்ளன.

அவர்கள் எல்லாவற்றையும் மிகுந்த ஆர்வத்துடன் பார்த்தார்கள். மற்றும் ஒரு
பழைய புகைப்படம் கிடைக்கும். அந்த போட்டோவிற்கு, இருவரும் துள்ளிக்குதித்-
தனர்.

இறுதியாக இருவரும் சேர்ந்து போட்டோவை பார்த்தனர். ஒரு அப்பா, அம்மா,
பதினேழு வயது பெண். அவர்கள் புகைப்படத்தில் இருந்தனர். சிறுமியின் முகம்
வாடிவிட்டது.

இருவரின் முகமும் (பத்ரா மற்றும் தேவிகா) வாடிப்போனது.

திடரென்று, கதவைத் தட்டுகிறது. : "டம்...டம்....டம்...

பத்ராவும் தேவிகாவும் ஒருவரையொருவர் பார்த்துக்கொண்டனர். விரைவாக
எல்லாவற்றையும் சேகரித்து பெட்டியை நிரப்பினார்கள். இருவரும் பெட்டியை
பூட்டி கட்டிலின் அடியில் தள்ளினார்கள்.

பின்னர் எதுவும் தெரியாததால் படுக்கையில் அமர்ந்தனர்.

தேவிகா சென்று கதவை திறந்தாள்.

அது இந்திரகுமார்.

இந்திர குமார் (ஒரு செயற்கையான தீவிரத்துடன்): "இங்கே ஒரு ரகசியத்தை என்னால் உணர முடிகிறது!"

பெண்கள் இருவரும் அமைதியாக இருக்கிறார்கள்.

அவர்கள் கொந்தளிப்பான முகங்களைக் கொண்டுள்ளனர்.

இந்திரன் குமார்: "உனக்கு ஒரு பெட்டி கிடைச்சது எனக்கு தெரியும்..."

சிறுமிகளின் நடுவில் இந்திரகுமார் அமர்ந்திருந்தான்.

பெண்கள் ஒரே முகம்.

திடீரென்று இந்திரகுமார் பத்ராவைக் கட்டிப்பிடிப்பதற்காக தன்னிடம் இழுத்-தான்.

இந்திரன் குமார்: "இங்கே என்ன செய்கிறாய்? உனக்கு என்ன ஆச்சு? என்னை ஏமாற்றாதே, நான் உன் அப்பா."

அவள் கஷ்டப்படுகிறாள். இதை தேவிகா கோபத்துடன் பார்த்துக் கொண்டி-ருக்கிறாள்.

இந்திர குமார் பத்ராவை ஒரு தந்தை தன் குழந்தையை அரவணைப்பதாக அல்ல மாறாக ஒரு கற்பழிப்பாளராக வைத்திருக்கிறார்.

பத்ரா திடுக்கிட்டாள்.

இதில், தேவிகா பூந்தொட்டியை எடுத்து இந்திரகுமாரின் தலையில் அடித்தார்.

இந்திரகுமாருக்கு தலை உறைந்தது போல் உணர்ந்தான். பத்ராவின் பிடியை விட்டுவிட்டார்.

நெற்றியை உடைக்கவும். ரத்தம் வழிந்தது.

பத்ரா திடுக்கிட்டு படுக்கையின் மூலைக்குள் சென்றாள்.

இந்திர குமார்: "மொளாய்..?"

பத்ரா (பயத்துடன்): "போ... போ..."

இந்திர குமார் (பரிதாபத்திற்குரியது): "மொலே ..."

தேவிகா சிங்கம் போல கர்ஜிக்கிறாள்: "நான் சொல்கிறேன்... இங்கிருந்து வெளியேறு".

இந்திரகுமார் திகைப்புடன் அறையை விட்டு வெளியேறினார்.

அவருக்குப் பின்னால் பலத்த சத்தத்துடன் கதவு மூடப்பட்டுள்ளது.

******

காட்சி - 30

உட்புரம்.

நெற்றியில் ரத்தக் காயத்துடன் இந்திரகுமார் கீழே வந்தார். அவனுக்கு ஒன்றும் புரியவில்லை.

வசுந்தரா இதைப் பார்த்தாள். ஓடி வந்து அவனருகில் வந்தாள்.

வசுந்தரா (நோயுடன்): "உனக்கு என்ன? ரத்தம் வருகிறது.

இந்திரன் குமார் (உறுதியுடன்): "ம்ம்... படிகளில் குத்தினேன்."

வசுந்தரா (கிளர்ச்சி): "உன் தலை படியில் குத்தினால், இப்படி ரத்தம் வராது. பயங்கர காயம். மருத்துவமனைக்குப் போகலாம்..."

இந்திர குமார்: "இல்லை, அது சீரியஸாக இல்லை."

தலையில் காயத்தை விட மனக் குழப்பமே இருந்தது.

******

காட்சி-31

பகல்நேரம்

வெளிப்புறம்.

இந்திரகுமாரின் வீட்டிற்கு வெளியே உட்காருங்கள்.

ஒரு கார் வாயிலைக் கடந்து சென்றது.

கார் முற்றத்தில் நிற்கிறது.

இளம் ஜோடிகள் காரில் இருந்து முற்றத்தில் இறங்கினர்.

அவர்கள் புதுமணத் தம்பதிகள். ஷாஜிக்குட்டனும் பிந்துவும்.

அதற்குள் வசுந்தராவும் இந்திரகுமாரும் வீட்டின் முன் வந்தனர்.

இந்திர குமாரின் நெற்றியில் சிறிய கட்டு இருந்தது.

இந்திர குமார் (சிரிப்புடன்): "கடைசியாக நீங்கள் அழைக்காமல் வந்தீர்களா?"

ஷாஜி: "உனக்கும் ஒரு சர்ப்ரைஸ் இருக்கும்னு நினைச்சேன்... (பிந்துவை திரும்பிப் பார்க்கிறேன்); "இவர் இந்திரகுமார், என் மாமா... ஒரு திருடன்; (நகைச்சுவைக்காக வசுந்தராவைச் சுட்டிக் காட்டினார்) இது அவர் மனைவி, என் அத்தை. வசுந்தரா.

இந்திரகுமார் (சிரிப்புடன்) முடித்தார்: "திருடனுக்கு உணவளிக்கும் பெண்."

எல்லோரும் சிரிக்கிறார்கள்.

வசுந்தரா: "உள்ளே வா."

அவர்கள் அனைவரும் வீட்டிற்குள் நுழைந்தனர்.

******

காட்சி - 32

உட்புறம்.

மண்டபம்.

இந்திரன்குமார், வசுந்தரா, ஷாஜி, பிந்து ஆகியோர் ஹாலுக்கு வருகிறார்கள்.

இந்திர குமார் (சோபா சுட்டிக்காட்டினார்): "உட்காருங்கள்."

தேவிகாவும் பத்ராவும் படிக்கட்டு வழியாக இறங்கி வருகிறார்கள்.

ஷாஜி: "ஓ... என்னிடம் வா மகளே..."

முதல் முறையாக பிந்து எஸ்பி ஓகே: "இந்திரன் மாமாவுக்கு ஒரே ஒரு மகள் இருந்தாளா?"

இந்திரகுமார்: "ஆமாம்..."

பிந்து: "இவர்களில் யார் இந்திரன் மாமாவின் மகள்?"

இந்திர குமார் வசுந்தராவும், ஷாஜியும் அதிர்ச்சி அடைந்தனர்.

வசுந்தரா சமையலறைக்கு செல்ல ஆரம்பித்தாள். ஆனால் அவள் நின்று பிந்துவை வெட்கத்துடன் பார்த்தாள்.

இந்திரன் குமார் (சந்தேகத்துடன்) "என்ன சொன்னாய் பிந்து?"

பிந்து (சந்தேகமே இல்லாமல் சிரிப்பு): "நான் கேட்டேன், இந்த இரண்டு பெண்களில் எந்த மாமாவின் மகள்?"

இந்திர குமார் (அதிர்ச்சியுடன்): "இரண்டு பெண்களா? என்ன பேசுகிறீர்கள்? எனக்கு ஒரே ஒரு மகள் இருக்கிறாள். அவள்தான்.

ஷாஜிக்குட்டன் (அவரது மனைவியிடம் கொஞ்சம் கோபம்): "உனக்கு என்ன தெரியும்? இந்திரன் மாமாவுக்கு ஒரே ஒரு மகள் இருந்தாள். நீங்கள் வேறு யாரை-யாவது பற்றி பேசுகிறீர்களா?"

பிந்து (பொறுமையை அடக்கி): "ஷாஜியேத்தா, இந்த இரண்டு பெண்களில் இந்திரன் மாமாவின் மகள் யார் என்று கேட்டேன்?"

இந்திரகுமார் (சகிப்பின்மையுடன்): "பிந்து, எனக்கு ஒரே ஒரு மகள்..."

வசுந்தரா (பொறுமையுடன் பிந்துவை நோக்கி நகர்ந்தாள்): "பிந்து, எங்களுக்கு ஒரே ஒரு மகள். இங்கே வேறு பெண் இல்லை."

பிந்து (வெப்பத்துடன்): "ஆனால் நான் இங்கே இரண்டு பெண்களைப் பார்க்-கிறேன் ..."

இந்திரகுமார், வசுந்தரா, ஷாஜி ஆகியோர் அதிர்ச்சியடைந்தனர்.

பிந்து இரண்டு பெண்களை பயத்துடன் ஆழமாகப் பார்க்கிறாள்.

இரண்டு பெண்களும் அவளைப் பார்த்து ஏளனமாகச் சிரிக்கிறார்கள்.

பிறகு அவளை மிரட்டி பார்த்தனர்.

இடைவெளி

2

இரண்டாவது பகுதி

(காட்சி 32 தொடர்ச்சி...)

வசுந்தரா (காய்ச்சலுடன்): "பிந்து தயவு செய்து அதை மீண்டும் ஒருமுறை சொல்லவா?"

பிந்து (எல்லோரையும் பீதியுடன் பார்த்து): "இங்கே இரண்டு பொண்ணுகளைப் பார்க்கிறேன். அத்தையைப் பார்க்கலையா? இந்திரன் மாமாவைப் பார்க்கலையா? ஷாஜியேத்தாவைப் பார்க்க முடியாதா...?"

மூவரும் ஒருவரை ஒருவர் பார்த்துக்கொண்டனர்.

ஷாஜி எழுந்து இந்திரன்குமாரிடம் சொன்னார்: "வாருங்கள் மாமா, நான் ஒன்று சொல்கிறேன்"

இருவரும் நேராக வீட்டிற்கு வெளியே உள்ள சிட் பக்கம் சென்றனர்.

******

காட்சி-33

பகல்நேரம்

வீட்டிற்கு வெளியே உட்காருங்கள்.

ஷாஜி, இந்திரகுமார்.

ஷாஜி: "மன்னிக்கவும் மாமா..."

இந்திரகுமார்: "ஏன் என்னிடம் மன்னிப்புச் சொன்னாய்?"

ஷாஜி: "என்னோட மாமாவிடம் சொல்லாத ஒரு விஷயம் இருக்கு.

இந்திரகுமார்: "என்ன விஷயம்?"

ஷாஜி: "பிந்துவுக்கு கொஞ்சம் மென்டல் ட்ரீட்மென்ட் இருந்தது. இப்போ பிரச்சனை இல்லை. சொட்டாணிக்கரை கோவிலில் பஜனை தியானம் செய்திருக்-கிறாள். அவள் சாதாரணமாக இருந்தாள்... ஆனால், இன்னும்...!

இந்திரன் குமார் (நிதானமாக): "போட்டாடா... ஒண்ணயா நின்னையிஹாரண்டேன்னு கண்டலவிழுந்தயோரிந்தால் பாத்தா சொல்லவதல்ல (ஒரு சமஸ்கிருத ஸ்டேவ்)... ஹா ஹா ஹா...வா... கொண்டாடுவோம்."

ஷாஜி (வெட்கத்துடன்): "நான் குடிப்பதை நிறுத்திவிட்டேன்"

இந்திரன் குமார் (ரகசிய செயல்): "எல்லா ஹீரோக்களும் கல்யாணத்துக்குப் பிறகு சொல்லும் டயலாக் இது.... இந்த மாமா ஃபார்மாலிட்டியைப் பற்றி கவலைப்படுவதில்லை."

இருவரும் சிரிக்கிறார்கள்.

ஷாஜி (அவமானத்துடன்): "என்னை அவமானப்படுத்தாதே மாமா"

இந்திரன் குமார்: "உணவுக்கு முன்... ஒரு சிறிய ..... கம்பெனி நிமித்தம்.... வாருங்கள் சூரியன்...

******

காட்சி -34

பகல்நேரம்

உட்புறம்.

ஹாலில் வசுந்தரா பிந்துவின் அருகில் பேசிக்கொண்டு நின்றாள்.

தேவிகாவும், பத்ராவும் படிக்கட்டுக்கு அருகில் நின்று கொண்டு, அவர்கள் சத்தம் கேட்டுக்கொண்டிருந்தனர்.

பிந்துவின் பீதி நிலை மாறவில்லை.

வசுந்தரா நிலைமையை ஆசுவாசப்படுத்த போராடி வருகிறார். அவர்களின் உடல் மொழி அதைச் சொல்கிறது.

வசுந்தரா (பிந்துவின் காதணிகளை சரிபார்த்து): "புது ஃபேஷன்? நான் இப்படி ஏதாவது வாங்க விரும்புகிறேன். இது உங்களுக்கு ஏற்றது."

பிந்து (உற்சாகத்துடன்): "இது பிரபாகரேட்டனின் பரிசு...அவர் UAE இல் இருக்கிறார்... இன்று காலை சேட்டனும், சேச்சியும் மற்றும் அவர்களது குழந்தைகளும் UAEக்குத் திரும்பிப் போனார்கள். அம்மா என்னிடம் போனில் சொன்னார்கள்..."

வசுந்தரா: "அடுத்த தடவை அவங்கள கூப்பிடலாம்... ஒரே ஒரு தடவைதான் பார்த்திருக்கோம்."

பிந்து: "ஆமாம்..."

வசுந்தரா: "ஓ, நான் காபி எடுத்துக் கொள்கிறேன். பிந்து தயவு செய்து உட்காருங்கள்."

வசுந்தரா சமையலறைக்குப் போகிறாள்.

சோபாவில் பிந்து மட்டும் இருந்தாள்.

தூரத்தில் பத்ராவும் தேவிகாவும் அவள் சொல்வதைக் கேட்டுக் கொண்டிருக்-
கிறார்கள்.

பிந்து அவர்களைப் பார்த்து புன்னகைக்க முயன்றாள்.

ஆனால் இருவரும் பிந்துவை எதிர்கொண்டனர். மோசமான நிழலான முகத்-
துடன் இருவரும் பிந்துவை அணுகினர்.

பிந்து பயந்தாள்.

திடிரென்று விளக்கு அணைந்தது.

மங்கலான வெளிச்சத்தில், இரண்டு இருண்ட வடிவங்கள் தன்னை நெருங்கு-
வதை பிந்து பார்க்கிறாள்.

பிந்து உரத்த குரலில் அழுதாள்.

வெளிச்சம் வந்தது.

ஷாஜியும் இந்திரகுமாரும் சிட் அவுட்டில் இருந்து வர, வசுந்தரா கிச்சனிலி-
ருந்து வந்தாள்.

இந்திரகுமார்: "என்ன நடந்தது?"

ஷாஜி: "பிந்து...?"

வசுந்தரா: "என்ன விஷயம் பிந்து..?"

அவள் பயந்த கண்களுடன் அனைவரையும் பார்த்தாள்.

பிந்து: "ஒன்னும் இல்லை..... ஒன்னும் இல்லை."

பத்ராவும் தேவிகாவும் வாய்விட்டு சிரித்தபடி மாடிப்படியில் ஏறி மேலே சென்-
றனர்.

வசுந்தரா தயக்கத்துடன் அவர்களைப் பார்த்தாள்.

******

காட்சி - 35

இரவில்.

தோட்டம்.

தோட்டத்தின் நாற்காலியில் இந்திரகுமாரும் ஷாஜியும் அமர்ந்துள்ளனர்.

ஷாஜி: "இங்கே வாழ்க்கை எப்படி இருக்கு மாமா? மாமா இளமையாக இருக்-
கிறார்."

இந்திர குமார்: "இரண்டு மாதங்கள் ஓய்வெடுங்கள், அன்பே... இவை கோடை
விடுமுறைகள்."

ஷாஜி: "ஓ! யுஜிசி பேராசிரியர்களின் சிறந்த நேரம்."

இந்திர குமார்: "இந்த வீடு எப்படி இருக்கு?"

ஷாஜி: "கிடிலன்... அற்புதம்! நீ பழைய வீட்டை வாங்கி புதுப்பித்தாய் என்று
கேள்விப்பட்டபோது, நான் இவ்வளவு எதிர்பார்க்கவில்லை. இது ஒரு நிலையான
ரிசார்ட் போல. உங்கள் வானபிரஸ்தத்தின் போது உங்கள் அத்தையுடன் உலகம்

முழுவதும் செல்லலாம் - வயதானது. வயது, பணத்துடன் கூடிய பொழுதுபோக்கு."

இந்திரன் குமார்: "பழைய நாலுகெட்டு. அழகான பழைய குளம் இப்போது பராமரிக்கப்படுகிறது. பழைய உரிமையாளர் ஒரு சுகுமாரவர்மா ... அவர் அதை நம்பூதிரியிடமிருந்து வாங்கினார். இந்த சுகுமாரவர்மா ஒரு தவறான மனிதர். அவரது முதல் மனைவி மர்மமான சூழ்நிலையில் இறந்தார். பின்னர் அவர் ஒரு திருமணத்திற்காக திருமணம் செய்து கொண்டார். இரண்டாவது முறை.அதன் பிறகு அவரது மகள் இறந்தார்.

பின்னர் நடந்த சர்ச்சைக்குரிய கொலை... இரண்டாவது மனைவியை கொன்று சாக்கு மூட்டைக்குள் மறைத்து வைத்துள்ளார்.

ஷாஜி: "ஓ... ஞாபகம் இருக்கு... நியூஸ் பேப்பரில் படிச்சிருக்கேன்... அது இங்க நடந்தது. கடவுளே."

இந்திர குமார்: தயவு செய்து அமைதியாக இருங்கள்... வசுந்தராவுக்கும் என் மகளுக்கும் எதுவும் தெரியாது. இருவரும் மூடநம்பிக்கை மற்றும் பயம் கொண்ட-வர்கள் (பெடித்தூரிகள்) ..."

ஷாஜி என்னவோ ஆனார் . சுற்றியிருந்த இருளைப் பார்த்தான். பால்கனியில் ஒரு வெள்ளை உருவத்தைப் பார்த்தான். அதன் முடி காற்றில் பறக்கிறது.

திடிரென்று பால்கனியில் இருந்து பார்வையை வெளியே இழுத்து ஒரு கிளாஸ் பீர் குடித்துவிட்டு இந்திரகுமார் சொல்வதைக் கேட்பவராக மாறினார் ஷாஜி.

இந்திரன் குமார்: "அப்புறம்... உங்களுக்குத் தெரியுமா... எனக்கு அதில் பெரிய நம்பிக்கை இல்லை. பணம் இருந்தால் எங்காவது வாழலாம்."

******

காட்சி - 36

இரவில்.

உட்புறம்.

பிந்து முதல் மாடியில் ஒரு அறையில் அமர்ந்திருக்கிறாள். அவள் ஒரு புத்-தகத்தைப் பார்க்கிறாள்.

யாரோ திரைக்குப் பின்னால் அல்லது ஜன்னலுக்குப் பின்னால் இருந்து அவளைப் பார்ப்பதை கேமராவின் இயக்கம் காட்டுகிறது.

திடிரென்று ஏதோ சத்தம் கேட்டது.

அவள் பார்த்தாள், பால்கனியின் கதவு திறந்து மூடியது.

அவள் சந்தேகத்தில் இருந்தாள். எழுந்து பால்கனி கதவைத் திறந்தாள்.

கறுப்பு நைட்டி அணிந்து ஒருவர் நின்று வெளியே பார்த்துக் கொண்டிருக்கி-றார்.

வசுந்தரா என்று நினைத்தாள்.

பிந்து: "அத்தை..?"

உருவத்திடம் இருந்து எந்த பதிலும் இல்லை. பிந்து அவதிப்பட்டாள்.

திடிரென்று கீழ் தளத்தில் இருந்து வசுந்தரா அழைத்தாள்: "பிந்து....!"

அவள் திரும்பி பயத்துடன் கதவைப் பார்த்தாள், அந்த உருவத்தைப் பார்க்கத் திரும்பினாள்.

அப்படி எதுவும் இருக்கவில்லை.

அவள் திகைத்து வியர்வையில் கழுவினாள்.

பால்கனியில் இருந்து கீழே பார்த்தபோது தோட்டத்தில் இந்திரகுமாரும், ஷாஜிக்குட்டனும் அமர்ந்திருந்ததை பார்த்தாள். அங்கிருந்து சற்று தொலைவில், கருப்பு நைட் கவுன் அணிந்த ஒரு பெண் மற்றொரு பெண்ணை தரை வழியாக ராகிங் செய்வதைக் கண்டாள்.

பிந்து அதைப் பார்த்தாள். அதைப் பார்க்கும்போது தனக்குப் பின்னால் ஏதோ உடல் நிற்பதை உணர்ந்தாள்.

பிந்து பயத்துடன் திரும்பிப் பார்த்தாள்; தேவிகாவும் பத்ராவும் அவளுக்கு இரு- புறமும் நிற்கிறார்கள்.

விரக்தியுடன் எழுந்து நின்று அந்தக் காட்சியைக் கண்டனர்.

பிந்து பயந்தாள்.

சட்டென்று உள்ளே நுழைந்தாள் வசுந்தரா.

வசுந்தரா: "அட... ரெண்டு பேரும் இங்க நிக்கறீங்களா? வா... பல தடவை கூப்பிட்டேன்... சாப்பாடு வேணாமா?"

நான்கு நடைகளும்.

******

காட்சி - 37

இரவில்.

உட்புறம்.

சாப்பாட்டு மேஜையில் உணவுகள் அலங்கரிக்கப்பட்டுள்ளன. பத்ரா, இந்திர குமார், ஷாஜக்குட்டன் மற்றும் பிந்து ஆகியோர் மேசையில் சூழப்பட்டுள்ளனர்.

அனைவருக்கும் பரிமாறிவிட்டு வசுந்தரா நாற்காலியில் அமர்ந்தாள்.

கோழிக்கறி, மாட்டிறைச்சி வறுவல், சாம்பார், அவியல், தோரணம் போன்ற உணவுகளுடன் சாதம் சாப்பிடுகிறார்கள்.

இந்திரன் குமார்: "பிந்து சைவமா..?"

ஷாஜி: "ஐயோ...அவளுக்கு ருசியான உணவுகளின் ருசி பிடிப்பதில்லை."

சாப்பிட்டதும் சந்தேகத்துடன் சுற்றும் முற்றும் பார்த்தாள் பிந்து.

தேவிகா கிச்சன் ஸ்லாப்பின் மேல் அமர்ந்தாள். அவள் பிந்துவைப் பார்த்து எதையோ சாப்பிடுகிறாள்.

பிந்து பத்ராவைப் பார்த்தாள். பத்ரா பிந்துவை முறைத்தாள்.

பிந்து ஸ்லாப்பில் இருந்த தேவிகாவை மீண்டும் பார்த்தாள் , ஆனால் அது பத்ரா.

தேவிகா டைனிங் டேபிள் அருகே அமர்ந்திருந்தாள்.

பிந்து ஆச்சரியப்பட்டாள்.

ஷாஜிக்குடனும் இந்திரகுமாரும் ஏதோ பேசி சிரித்துக் கொண்டிருந்தனர்.

(இசை மட்டும்) ஆனால் வசுந்தரா பிந்துவின் வெளிப்பாட்டைப் பார்த்துக் கொண்டிருக்கிறாள். பிந்துவின் கண்கள் எங்கு சென்றாலும் அங்கேயே பார்த்தாள் வசுந்தரா.

தேவிகா டைனிங் டேபிளில் சாப்பிட்டுக் கொண்டிருக்கிறாள், அவள் தொடர்ந்து பிந்துவைப் பார்த்துக் கொண்டிருக்கிறாள். பார்த்தவுடன் தேவிகாவின் தோற்றம் வேகமாக மாறியது.

பிந்துவின் பின்னால் யாரோ ஒருவரைப் பார்த்து தேவிகா பயந்துவிட்டதை பிந்து உணர்ந்தாள்.

பிந்து திரும்பிப் பார்த்தாள்.

பின் திரை விரிந்தது. திரைச்சீலையின் அடிப்பகுதியில் இருந்த இரண்டு கால்-கள் இரத்தத்துடன் திடரென திரைக்குப் பின்னால் நகர்ந்ததை பிந்து பார்த்தாள்.

பிந்து திகைத்து தேவிகாவை பார்த்தாள். அவள் ஸ்லாப்பில் இருக்கும் பத்ரா-வைப் பார்த்தாள்.

பத்ரா ஸ்லாப் மீது வாந்தி எடுக்கிறாள். அவள் வாயிலிருந்து பச்சை இறைச்சி போன்ற ஒன்று விழுகிறது.

அதைப் பார்த்த பிந்துவுக்கு வாந்தி வந்தது. அனைவரும் பிந்துவை பார்த்-தனர்.

பிந்து தன் கையால் தொண்டையை அழுத்தியவுடன், அவள் தொண்டையை வேறு யாரோ அழுத்துவது போல் அவள் கண்களை உற்றுப் பார்த்தாள். அவள் நாற்காலியில் இருந்து தரையில் விழுந்தாள். ஷாஜியும், இந்திரகுமாரும், வசுந்த-ராவும் பதட்டத்துடன் நாற்காலியில் இருந்து எழுந்தனர்.

ஷாஜி பிந்துவை எடுத்தான்: "பிந்து... பிந்து..?"

வசுந்தரா: "மோளே.... பிந்து..?"

இந்திரகுமார் பீதியுடன் அவளை அழைத்தான்.

வலிப்பு நோய் போல அவள் வாயிலிருந்து சூடும் நுரையும் வந்தது.

ஷாஜி பிந்துவை தன் கைகளில் பிடித்துள்ளார்.

அவள் நெளிந்து கொண்டிருந்தாள்.

உடனே இந்திரகுமார்: "நான் காரை எடுத்துட்டு வரேன்... ஆஸ்பத்திரிக்குப் போகலாம்..."

இந்திரகுமார் வெளியே சென்றார்.

பிந்துவை கையில் ஏந்திக்கொண்டு ஷாஜி இந்திரகுமாரைத் தொடர்ந்து ஓடு-கிறார்.

வசுந்தரா அவர்கள் பின்னால் ஓட ஆரம்பித்ததும், தேவிகாவையும் பத்ராவை-யும் பார்த்தாள்.

பத்ரா உணவு உட்கொள்வதால் அது பாதிக்கப்படவில்லை.

வசுந்தரா குழந்தைகளை தயக்கத்துடன் பார்த்துவிட்டு கார் போர்ச் நோக்கி ஓடினாள்.

*****

காட்சி - 38

இரவில்.

கார் போர்ச்.

பிந்துவை தூக்கிக்கொண்டு ஓடி வருகிறான் ஷாஜி.

ஷாஜிக்குட்டனின் காரை இந்திரகுமார் ஸ்டார்ட் செய்கிறார்.

வசுந்தரா வந்து கார் கதவை திறந்தாள்.

பிந்துவை காரின் பின் இருக்கையில் அமர வைத்தார் ஷாஜி.

அவனும் காருக்குள் ஏறினான்.

கார் கேட் வழியாக செல்கிறது.

வசுந்தரா அதைப் பார்த்தாள்.

*****

காட்சி - 39

இரவில்.

உட்புறம்.

வசுந்தரா தயக்கத்துடனும் பீதியுடனும் டைனிங் ஹாலுக்கு வருகிறாள்.

வசுந்தரா வாந்தி, தரையில் சிதறிக் கிடக்கும் உணவுக் குப்பைகளைப் பார்த்துக் கொண்டிருக்கிறாள். துடைப்பத்தையும் டஸ்ட் பேனையும் எடுத்து சுத்தம் செய்ய முயன்றாள்.

வசுந்தரா தரையில் அமர்ந்து சுத்தம் செய்கிறாள்.

கேமரா பயங்கரமாக அவளை நெருங்குகிறது.

அவள் பயங்கரமான கண்களுடன் சுற்றிப் பார்க்கிறாள்.

திரை மட்டும் அதிர்ந்தது.

அதற்குள் வசுந்தரா திரைச்சீலைக்கு அடியில் இரத்தத்துடன் இரண்டு கால்க-ளைக் கண்டாள்.

அவள் அதிர்ச்சியடைந்தாள்.

உதவிக்கு யாரும் இல்லை என்பதை அவள் நினைவு கூர்ந்தாள்.

அதிரும் திரைச்சீலையைப் பார்த்து சத்தமாக அழைத்தாள்: "மச்சோ... மச்சோ..?"

வசுந்தரா பயத்துடன் திரையை நெருங்கினாள்.

சில நொடிகள் பார்த்துவிட்டு தைரியமாக திரையை நகர்த்தினாள்.

அங்கே எதுவும் இல்லை.

நீண்ட சுவாசத்துடன் திரும்பினாள்.

திடிரென்று பின்னால் நின்றிருந்த பத்ராவைப் பார்த்தாள்.

வசுந்தரா சத்தம் போட்டு கதறி அழுதார்.

சிறிது நேரம் கழித்து அவள் மன சமநிலையை மீட்டெடுத்தாள்.

வசுந்தரா: "நீ என்னைப் பயமுறுத்துகிறாய்."

பத்ரா ஒரு உணர்ச்சியற்ற முகத்துடன் இருந்தாள்.

வசுந்தரா (சாப்பாட்டு மேசையில் பாத்திரங்களை அடுக்கி வைத்தாள்): "ஓ! அவர்கள் போய்விட்டார்கள் ... உணவு இல்லாமல் கூட ... எல்லோரும் போய்-விட்டார்கள் ... ஐயோ கடவுளே ... தயவு செய்து அவள் கஷ்டப்பட வேண்டாம் ..."

பத்ரா (சங்கடமான குரலுடன்): "ஓ... ச்சும்மா ஜாடா (கெட்ட செயல்)..!

வசுந்தரா (அப்படி இல்லை): "அவளை பயமுறுத்தியது நீதானே? அவள் மனநலம் குன்றியவள். சிகிச்சையில் இருந்தாள். என்ன சொல்வது; அவள் கொடிய நோயில் இருக்கும்போது, உன்னைப் போலவே உட்கார்ந்து சாப்பிட்டுக் கொண்டிருந்தாய். ஒண்ணும் தெரியாது. இல்லையா...?"" (நினைவில் வந்தபடி) ஏய், அந்தத் திரைக்குப் பின்னால் கரியையும் ரத்தத்தையும் உடம்பில் பூசிக்-கொண்டு வந்தவன் நீதானே?"

பத்ராவின் கால் நீண்ட பாவாடையால் மூடப்பட்டிருந்தது.

கோபத்தில் வசுந்தரா: "உண்மையைச் சொல்லு."

பத்ரா அவளைப் பயங்கரமாகப் பார்க்கிறாள்.

வசுந்தரா: "உன் காலைக் காட்டுவா?"

வசுந்தரா பத்ராவின் பாவாடையை மேலே தூக்க முயல்கிறாள்.

பத்ரா சம்மதிக்கவில்லை.

வசுந்த் ஹரா: "உன் பாதத்தை எனக்குக் காட்டு பத்ரா. என்னைக் கோபப்-படுத்தாதே."

பத்ரா: "தயவுசெய்து என்னை விட்டுவிடு..."

வசுந்தராவுக்கும் பத்ராவுக்கும் பெரிய சண்டை.

பத்ரா வசுந்தராவை தரையில் தள்ளினாள். பின்னர், பத்ரா தனது பாவா-டையை தொடை வரை சுருட்டிக் காட்டினாள்: "இதைப் பார்த்துப் பார்."

அவள் கால்கள் சுத்தமாக இருந்தன.

வசுந்தரா அவமானத்துடன் மாடியிலிருந்து எழுந்து வருகிறாள்.

அவள் வெட்கத்தை சமாளிக்க பலமாக உறுமினாள்.

பத்ரா வசுந்தராவின் முகத்தில் பலமாக துப்பினாள்.

வசுந்தரா துள்ளிக் குதித்து பத்ராவைத் தாக்கினாள்: "எடி... (நீ)"

******

காட்சி - 40

இரவில்.

உட்புறம்.

பயங்கரமான சூழல்.

இரண்டு ரத்தக் கால்கள் படிக்கட்டுகளில் ஏறுகின்றன.

இது படிகளில் இரத்தத்தின் கால்தடங்களை உருவாக்குகிறது.

கவுன் உயர்த்தப்பட்டதிலிருந்து கருப்பு நைட் கவுனில் இருந்து கால்கள் வெளிப்பட்டன.

கையில் பழைய மண்ணெண்ணெய் விளக்கு (விளக்கு) இருக்கிறது.

****

காட்சி - 41

இரவில்.

உட்புறம்.

குளியலறை

கலைந்த முடி மற்றும் அழுக்கு முகத்துடன், வாஷ் பேசினில் முகம் கழுவிய வசுந்தரா.

அவளது கைகளிலிருந்து ரத்தம் வாஷ்பேசினுக்குப் பாய்ந்து தண்ணீரில் கலக்-கிறது.

குளியலறையின் திறந்த கதவு வழியாக வசுந்தராவை யாரோ பார்ப்பது போல் கேமரா நகர்கிறது.

அவளும் நைட் கவுனை உயர்த்தி, அவளுடைய வெள்ளை அழகான கால்க-ளைக் கழுவினாள்.

பின் டவலால் முகத்தை துடைத்து விட்டு வெளியே வந்தாள்.

படப்பிடிப்பை வெட்டாமல் படுக்கையறைக்கு வசுந்தராவுடன் கேமரா வருகிறது.

நைட் கவுனை மாற்றி கருப்பு கவுன் அணிந்திருந்தாள்.

பிறகு முகத்துக்கு மேக்கப் போட்டாள்.

அவள் உதடுகள் சிவப்பு உதட்டுச்சாயத்தால் மேலும் சிவந்தன.

கண்ணாடியைப் பார்த்து அழகாகச் சிரித்தாள்.

திடிரென மின்சாரம் பாய்ந்தது.

வசுந்தரா காட்டுக் குரலில்: "அடடா."

தொங்கும் எல்இடி விளக்கை எடுத்தாள். விளக்கு மண்ணெண்ணெய் விளக்-கைப் போல ஒரு சிறிய பிரதிபலிப்பை உண்டாக்கியது.

வசுந்தரா விளக்கேற்றினாள். கையில் விளக்கை மாட்டிக்கொண்டு ஹாலுக்கு நடந்தாள்.

வசுந்தரா தொங்கு விளக்குடன் முறைத்துப் பார்த்தல்.

கருப்பு நைட் கவுனை கொஞ்சம் உயர்த்தினாள். அது அவளது வெள்ளை அழகிய கணுக்கால்களை வெளிப்படுத்தியது.

சுவரின் நிழலில் ஒளிந்து கொண்டாலும் கேமராவுக்கு இப்போது தேவிகா வெளிப்படுத்தினார்.

விளக்குடன் மேல் தளத்தில் வசுந்தரா மறைந்தாள்.

அப்போது தேவிகா சமையலலறைக்கு ஓடினாள்.

நிலவின் மங்கலான வெளிச்சத்தில் தேவிகா மெழுகுவர்த்தியை எரித்தாள்.

அவள் மெழுகுவர்த்தியை எரித்து, சமையலலறையின் மூலையையும் மூலையை-யும் துடைக்கிறாள்.

பின்னர் ஸ்டோர் ரூமைத் தடவினாள்.

அந்த அறையில் ஒரு அலமாரி இருந்தது.

நடுங்கிக் கொண்டிருந்தது.

பீதியுடன் அலமாரியைத் திறந்தாள்.

அதற்குள் பத்ரா அமர்ந்திருந்தாள். அவள் மயக்கத்தில் இருந்தாள்.

தேவிகா பத்ராவை அலமாரியில் இருந்து வெளியே எடுத்தாள்.

அவள் பீதியுடன் அவளை அழைத்தாள்.

தேவிகா: "பத்ரா... மோளே..?"

பத்ரா மெல்ல கண்களைத் திறந்தாள்.

தேவிகா: "மோளே..?"

******

காட்சி - 42

இரவில்.

உட்புறம்.

தேவிகாவின் படுக்கையறை.

அறையில் மங்கலான வெளிச்சம் மட்டுமே இருந்தது .

தேவிகா பத்ராவை அழைத்துச் சென்று அவள் நடக்க உதவினாள்.

தேவிகா அவளை கட்டிலில் படுக்க உதவினாள்.

மெழுகுவர்த்தியை மேசையில் வைத்தாள்.

அவள் பத்ராவை தடிமனான போர்வையால் போர்த்தினாள்.

தேவிகா அவளை அன்புடன் பார்த்தாள்.

பத்ரா தேவிகாவைப் பார்த்து சிரித்தாள்.

தேவிகா: "உறங்கு கண்ணா!"

பத்ரா பணிவுடன் கண்களை மூடினாள்.

தேவிகா சில கணங்கள் அங்கேயே நின்று அவளையே பார்த்துக் கொண்டு மெதுவாக அறையை விட்டு வெளியே சென்றாள்.

பாதியிலேயே கதவை மூடினாள்.

பின் கதவின் இடைவெளி வழியாக பத்ராவைப் பார்த்தாள்.

*****

காட்சி - 43

இரவில்.

உட்புறம்.

தேவிகாவின் படுக்கையறை

உள்ளே படுத்திருக்கும் பத்ராவை கதவின் இடைவெளி வழியாகப் பார்த்துக் கொண்டிருக்கிறாள் தேவிகா.

தேவிகா அதே மாடியின் மற்ற அறைகளுக்குச் செல்ல ஆரம்பித்தாள்.

ஒரு அறையிலிருந்து மிக மோசமான வெளிச்சம் வெளிவருகிறது.

தேவிகா அந்த அறையைப் பார்த்துக் கொண்டிருக்கிறாள்.

அறையின் உள்ளே கறுப்பு நைட் கவுன் அணிந்த வசுந்தரா கட்டிலில் அமர்ந்து மண்ணெண்ணெய் விளக்கு வெளிச்சத்தில் எதையோ சோதித்துக் கொண்டிருந்தாள்.

அந்த பழைய பெட்டிதான் கார் போர்ச்சிலிருந்து தேவிகாவுக்கு கிடைத்தது.

வசுந்தரா சந்தேகத்தில் எல்லாவற்றையும் தேடுகிறாள்.

அந்த புகைப்படமும் அவளுக்கு கிடைத்தது. தேவிகாவின் முகம் கோபத்தில் இருண்டது.

வசுந்தராவை கிழிக்கும் கோபம் அவள் முகத்தில் தெரிகிறது

தேவிகா ஏதோ செய்ய முயன்றாள். அப்போது, கதவு தட்டும் சத்தம் கேட்டது.

அவளுக்கு ஒன்றும் புரியவில்லை.

சத்தம் கேட்டு வசுந்தரா தலையை உயர்த்தி கதவை பார்த்தாள்.

தொங்கும் விளக்குடன் நேராக வாசலுக்குச் சென்றாள்.

சந்தேகத்துடன் வெளியே சென்றாள். தேவிகா அங்கேயே ஒளிந்து கொண்-டாள்.

வசுந்தரா அவளைப் பார்க்கவில்லை.

தரைத்தளத்திலிருந்து தட்டும் சத்தம் கேட்கிறது. பிரதான கதவை யாரோ தட்-டுகிறார்கள்.

வசுந்தரா கீழே இறங்கினாள்.

அவள் மெயின் கதவை நோக்கி நடந்தாள்.

*****

காட்சி - 44

இரவில்.

உட்புறம்.

பிரதான கதவில் தட்டும் சத்தம் தொடர்கிறது.

சிறிய தொங்கு விளக்குடன் வசுந்தரா வந்தாள்.

அவள் கதவைத் திறக்கிறாள்.

இந்திரகுமார் உள்ளே வருகிறார்.

இந்திர குமார்: "எப்போது மின்சாரம் போனது?"

வசுந்தரா: "ஓ! கொஞ்ச நேரத்துக்கு முன்னாடி... அவங்க எங்க? ஹாஸ்பிட்-டல்ல அட்மிட் பண்ணிட்டாங்களா?"

இந்திரகுமார் (சட்டையின் பட்டன்களை அவிழ்த்து): "இப்போது அவள் நலமாக இருக்கிறாள். டாக்டர் அவளுக்கு இரண்டு மாத்திரைகள் கொடுத்தார்."

வசுந்தரா: "அப்புறம் ஏன் இங்க வரவில்லை?"

இந்திரன் குமார் (தோள்களை குலுக்கி): "ஆமா... அங்கிள் நாம வீட்டுக்குப் போறோம்.. இன்னொரு நாள் வருவோம்". வாசு, ஏதோ பிரச்சனை. நான் வற்-புறுத்தவில்லை. அனுப்பியிருக்கிறேன் . அவர்கள் வீட்டிற்கு வந்து, நான் ஒரு ஆட்டோ ரிக்ஷாவில் இங்கு வந்தேன்.

வசுந்தரா ஏதோ இறுக்கமான சிந்தனையில் இருக்கிறாள்.

இந்திர குமார்: "என்ன நினைக்கிறாய்? எனக்குப் பசிக்கிறது. சாப்பிட எதாவது எடுத்துக்கொள்."

வசுந்தரா இந்திரகுமாரின் கையைப் பிடித்துக் கொண்டு சொன்னாள்.

வசுந்தரா: "நீங்கள் என்னுடன் வாருங்கள்."

வசுந்தராவுடன் நடந்து சென்ற இந்திர குமார்: "சரி, என்ன?"

இருவரும் மண்ணெண்ணெய் விளக்கு வெளிச்சத்தில் ஏறிக் கொண்டிருந்தனர்.

வசுந்தரா: "எனக்கு ஒரு சந்தேகம்."

படிக்கட்டுகளின் நிழலில் ஒளிந்து கொண்ட தேவிகாவை அவர்கள் பார்த்ததே இல்லை.

இந்திரன் குமார்: "என்னை சொல்கிறாயா..?"

வசுந்தரா (தீவிரமாக): "வேடிக்கையான நகைச்சுவைகளை விடுங்கள்."

இருவரும் தேவிகாவின் அறையை அடைந்தனர்.

பாதி மூடியிருந்த கதவு வழியாக, மெழுகுவர்த்தி வெளிச்சத்தில் பத்ரா படுக்-கையில் உறங்கிக் கொண்டிருப்பதைப் பார்த்தார்கள்.

பத்ராவின் முகம் நிழலில் தெளிவாக இல்லை.

வசுந்தரா இந்திரகுமாரின் கையைப் பிடித்து முதலில் அவர்கள் அமர்ந்திருந்த அறைக்கு அழைத்துச் சென்றார்.

வசுந்தரா (குறைந்த குரலில்): "வா."

விளக்கின் உதவியுடன் அறையில் உள்ள பெட்டியைத் தேடினாள், ஆனால் அது காணவில்லை.

வசுந்தரா: "அட கடவுளே, அந்த பெட்டி எங்கே? இருட்டில் அவளால் அதை எடுத்துச் செல்ல முடியுமா?"

வசுந்தராவுக்கு கோபம் வந்தது.

வசுந்தரா: "அவள் ஒன்றும் தெரியாதது போல் தூங்குகிறாள்."

வசுந்தரா கதவைத் தள்ளிக்கொண்டு மண்ணெண்ணெய் விளக்கில் கோபத்தில் தேவிகாவின் அறைக்குள் நுழைந்தாள்.

வசுந்தராவை பின்தொடர்ந்தான் இந்திரகுமார்.

காட்சி – 45

இரவில்.

உட்புறம்.

தேவிகாவின் அறை.

வசுந்தராவும் இந்திரகுமாரும் மண்ணெண்ணெய் விளக்குடன் அறைக்கு வரு-கிறார்கள். பத்ராவும் தேவிகாவும் ஒரு கட்டிலில் தூங்குகிறார்கள். மேஜையில் ஒரு மெழுகுவர்த்தி எரிகிறது.

விளக்கின் பிரகாசத்துடன் கட்டிலுக்கு அடியில் இருந்த பெட்டியைத் தேடி-னாள் வசுந்தரா.

பெட்டி அங்கே இருக்கிறது.

வசுந்தரா வெளியே இழுத்தாள்.

வசுந்தரா (குறைந்த குரலில்): "விளக்கைப் பிடி..."

மண்ணெண்ணெய் விளக்கை எடுத்தான்.

மேஜை மேல் இருந்த மெழுகுவர்த்தியை வசுந்தரா அணைத்தாள்.

பெட்டியை எடுத்துக்கொண்டு அறையை விட்டு வெளியே வந்தாள்.

வசுந்தரா (குறைந்த குரலில்): "வா."

பத்ரா கண்களைத் திறந்தாள்.

விரல் நகத்தை கடித்துக் கொண்டு யோசித்துக் கொண்டிருக்கிறாள்.

அறையிலிருந்து வெளியே வந்த வசுந்தரா, இந்திரகுமாரிடம் "அந்தக் கதவைச் சரியா மூடு" என்றாள்.

இந்திரகுமார் கதவை மூடிக்கொண்டார்.

ஒளியுடன் வசுந்தராவின் முன் நடந்தான்.

வசுந்தரா பெட்டியுடன் அவன் பின்னாலேயே நடந்து வருகிறாள்.

*****

காட்சி - 46

இரவில்.

உட்புறம்.

ஒரு அறையில் வசுந்தரா அந்தப் பழைய பெட்டியைத் திறக்கிறாள்.

அவள் பெட்டியிலிருந்து பொம்மைகள், வண்ண கண்ணாடி வளையல்கள், படப் புத்தகங்கள் மற்றும் வண்ண பென்சில்கள் போன்றவற்றை எடுக்கிறாள்.

இந்திர குமார்: "இது பெரிய பொக்கிஷமா?"

வசுந்தரா இந்திர குமாரை வெறித்துப் பார்த்தாள்.

வசுந்தரா (கோபத்துடன்): "அது இல்லை, இது எங்கள் மகளின் வாழ்க்கை ..."

வசுந்தரா பெட்டியிலிருந்து புகைப்படம் எடுத்தாள்.

அந்த புகைப்படத்தில் மூன்று பேர் இருந்தனர். அப்பா, அம்மா மற்றும் பதி-னைந்து வயது டீன் ஏஜ் மகள்.

மகளின் முகம் தெளிவாக தெரியவில்லை.

வசுந்தரா போட்டோவை அவனிடம் காட்டினாள்.

வசுந்தரா: "இதைப் பார்."

இந்திர குமார்: "இவர்கள் யார்?"

வசுந்தரா: "அதைத்தான் நான் கேட்கிறேன். இவர்கள் யார்? ஒருமுறை அவள் பழைய கார் ஷெட்டில் இருந்து இந்தப் பெட்டியுடன் வெளியே வருவதைப் பார்த்-தோம். அவள் கார் ஷெட்டின் குப்பையிலிருந்து இதைக் கண்டுபிடித்தாள்.

அந்த நேரத்தில் கரண்ட் வரும்.

மின்விளக்கு மற்றும் மின்விசிறி வேலை செய்யத் தொடங்கியது.

இந்திரன் குமார்: "ஓ அது பெட்டியா?... குழந்தைகளின் போட்டி."

வசுந்தரா (வெறுப்புடன்): "போட்டி! தேங்காய் கொத்து! ஒவ்வொரு முறையும் அவள் பெட்டியைத் திறந்து கொண்டு அந்தப் புகைப்படத்தைப் பார்த்துக் கொண்-டிருப்பாள்.

என் முகத்தைப் பார்த்தாலே அவள் பேய் போல் ஆடுகிறாள்.

இப்போது நான் உறுதியாக இருக்கிறேன், இங்கே ஏதோ தவறு இருக்கிறது. அதனால்தான் பிந்துவும் ஷாஜிக்குடனும் இங்கிருந்து சென்றுவிட்டனர். "

இந்திரகுமார் அதிர்ச்சி அடைந்தார். அவர் வலுவான சிந்தனையில் மூழ்கி-னார்.

திடீரென்று விஷயத்தை மாற்ற இந்திரகுமார் சொன்னார்: "நம்ம பொண்ணுக்கு பேய் வந்திருக்குன்னு சொல்றீங்களே.. ஏய் பிந்துவுக்கு பைத்தியம் பிடித்துவிட்டது. பைத்தியக்காரத்தனத்தை மாற்ற கோவிலுக்கு வந்திருக்கிறாள். யாரைப் பற்றியும்

கவலைப்பட வேண்டியதில்லை. சியர். மேலே என் பெண்ணே."

வசுந்தரா: "பேய், துர்நாற்றம் அவளை பாதித்ததாக நான் சொல்லவில்லை. ஆனால் அவளை ஒரு நல்ல மனநல மருத்துவரிடம் காட்ட வேண்டும். இந்த விஷயம் யாருக்கும் தெரியாது. இது அவசியம். இல்லை என்றால், நம் மகளை இழக்க நேரிடும்."

வசுந்தரா சில நொடிகள் அமைதியாக நின்றாள். பின்னர் அவள் அழுதாள்.

வசுந்தரா: "அவள் நான் அவளுடைய சித்தி என்று சொன்னாள், அவள் ஒருபோதும் விரும்பாத மாற்றாந்தாய்.

அவள் என் மீது மிகவும் கோபமாக இருக்கிறாள். "

இந்திரன் குமார்: "உனக்கு அவ்வளவு முட்டாள்தனமாக இருக்க வேண்டாம் வசுந்தரா... அவள் கோபமாக இருக்கும்போது ஏதாவது சொல்லலாம்... ஆனால்..."

இந்திரன் குமார் வசுந்தராவை செல்லம் செய்கிறான். வசுந்தராவின் கைகள் கோபத்தாலும் சோகத்தாலும் உடைந்தன.

வசுந்தரா: "அவள் இன்று என்னிடம் என்ன சொன்னாள் தெரியுமா? நீங்கள், அவளுடைய தந்தை அவளை பலாத்காரம் செய்ய முயன்றீர்கள். நான் அவளு‍டைய மாற்றாந்தாய், தன் மகளை அப்பாவிடம் ஏமாற்ற முயற்சிக்கும் மாற்றாந்‍தாய். நீங்கள் திருப்தியா? "

இந்திரேஷ் குமார் அதிர்ச்சி அடைந்தார்.

(ஃப்ளாஷ் பேக்: பத்ராவைக் கட்டிப்பிடிக்கப் போகும் இந்திரகுமாரின் முகத்தில் தேவிகா அடிக்கிறார்.)

வசுந்தரா சோகத்துடன் இந்திரகுமாரின் காதில் கத்தினாள்: "அல்லது அவள் சொன்னதை நான் நம்புவதா? நீ அவன் அறையிலிருந்து நெற்றித் தலையில் காயத்துடன் இரத்தம் வழிய வெளியே வருவதை நானும் பார்த்திருக்கிறேன்."

சிறிது நேரம் இந்திரகுமாரால் எதுவும் பேச முடியவில்லை. அவன் கண்கள் கண்ணீரால் நிறைந்தன.

இந்திரன் குமார்: "அவள் என் மகள், என் சொந்த ரத்தம். ஒரு மகள் தன் தந்தைக்கு செய்யக்கூடாததை, அவள் சொல்லக்கூடாததைச் செய்தாள். என் மனதில், அவள் ஒரு அழகான பெண் அல்ல. அவள் என் சிறிய குழந்தை. . நான் இன்னும் கவலைப்படவில்லை. என் மகள் அந்த வார்த்தைகளைச் சொல்ல மாட்டாள்... "

வசுந்தரா: "அப்புறம் எதுக்கு உன்னை அடிச்சாள்?"

இந்திரகுமாரிடம் பதில் கிடைக்கவில்லை. அவன் குரல் நடுங்கியது.

வலியுடன் அறையை விட்டு வெளியே சென்றான்.

வசுந்தரா வருத்தத்துடன் அவனைப் பார்த்துக் கொண்டிருக்கிறாள்.

*****

காட்சி - 47

பகல்நேரம்

வெளிப்புறம்

நடுக்கத்துடன் தோட்டத்தில் இருந்த காதல் பறவையின் கூண்டை நெருங்கி-னான் இந்திரகுமார்.

ஜன்னல் வழியாக வசுந்தரா அதைப் பார்த்துக் கொண்டிருக்கிறாள்.

இந்திரகுமார் தனது செல்லப் பறவையை கூண்டில் தேடுகிறார்.

அது காணவில்லை. அது அவனுடைய இனிய காதல் பறவை.

அவனுக்கு கோபம் வந்தது.

கூண்டில் பறவையின் இரண்டு அல்லது மூன்று இறகுகளும் சில துளிகள் இரத்தமும் காணப்பட்டன.

இறகுகளைப் பார்த்து திடமான சிந்தனையில் இருக்கிறார்.

பறவை காணாமல் போனதன் பின்னணியில் யார் இருக்கிறார்கள் என்று தெரிந்தும் இந்திரகுமார் கடும் கோபத்தில் இருக்கிறார்.

வசுந்தரா கவலையுடன் பார்த்தாள்.

காட்சி - 48

நாள்.

உட்புறம்.

மிகுந்த கோபத்துடன் தேவிகாவின் படுக்கையறைக்குள் நுழைந்தான் இந்திர-குமார்.

பத்ரா படுக்கையில் படுத்திருக்கிறாள்.

பத்ராவின் தலைமுடியைப் பிடித்துக் கொண்டு படுக்கையில் இருந்து எழுப்பு-கிறார்.

இந்திர குமார்: "என் செல்லப் பறவை எங்கே?"

பத்ரா: "எனக்குத் தெரியாது."

இந்திர குமார்: "அது உனக்குத் தெரியும். உனக்கு மட்டும்தான் தெரியும்..."

தேவிகா அருகில் உள்ள டேபிளில் அமர்ந்து இந்திர குமாரைப் பார்த்துக் கொண்டிருக்கிறாள்.

அடுத்த ஷாட்டில், தேவிகாவின் தலைமுடியை இந்திரகுமார் பிடித்துள்ளார்.

இந்திர குமார்: "அந்தப் பறவையை என்ன செய்தாய்?"

பேய் பிடித்த பெண்ணாக தேவிகாவின் குரல்.

அவள் உறுமுகிறாள், கர்ஜிக்கிறாள்.

இந்திரகுமார் அவளைப் பிடிக்க விடவில்லை.

தேவிகா: "அவர்களைக் கொல்லுங்கள் ... அவர்களைக் கொல்லுங்கள் ... நான் அவர்களை மீண்டும் கொன்றுவிடுவேன்..."

தேவிகாவை இந்திரகுமார் அடித்தார்.

வலுவான பைத்தியக்காரப் பெண்ணாக, தேவிகா இந்திரகுமாரை தள்ளுகிறார்.

பலமான தள்ளுதலில், இந்திரகுமார் அறையின் மூலையில் விழுந்தார்.

அந்த தாக்குதலில் அவர் நிலைகுலைந்து போனார்.

தேவிகா ஓடிக்கொண்டே ஒரு பைத்தியம் போல் அவனை நெருங்கினாள்.

அவளிடம் இருந்து தப்பிக்க, அறையை விட்டு வெளியே வந்து கதவை பூட்-டினான்.

மூச்சிரைக்கிறார்

அவர் ஸ்வீப்பில் குளிக்கிறார்.

இந்திரன் குமார், தடுமாறிக் கொண்டு முறைத்துப் பார்க்கத் தொடங்கினார்.

வசுந்தரா அதை முறைத்துப் பார்த்தாள்.

இந்துஸ்குமார் ஒரு அறைக்கு செல்கிறார்.

வசுந்தரா வந்து அறை வாசலில் சாய்ந்து கொண்டிருக்கிறாள்.

இந்திர குமார் உடை மாற்றும் அவசரத்தில் இருக்கிறார்.

வசுந்தரா: "எங்கே போகிறாய்?"

இந்திரகுமார் அமைதியாக இருக்கிறார். கோபத்தை அடக்கிக் கொண்டான்.

வசுந்தரா: "இப்போது அங்கே என்ன நடக்கிறது?"

ஆடை அணிந்த பிறகு, இந்திரன் குமார் அறையை விட்டு வெளியேறி வசுந்-தராவை அவன் முன் தள்ளினான். கார் போர்ச் நோக்கி நடந்து செல்கிறார்.

இந்திரன் குமார்: "எனக்கு யாரையாவது பார்க்க வேண்டும். விஷயங்களை பிறகு சொல்கிறேன்."

காரில் ஏறினான். இப்போதுதான் ஆரம்பிக்கிறது.

பின்னர் அவர் தாழ்வாரத்தில் இருந்து ஓட்டிச் சென்றுள்ளார்.

வசுந்தரா அதை பரிதாபமாக பார்த்தாள்.

*****

காட்சி - 49

பகல்நேரம்

வெளிப்புறம்

சாலை வழியாக காரை இந்திரகுமார் ஓட்டி வருகிறார்.

வழியில் சாலையின் ஓரத்தில் காரை நிறுத்தினார்.

அருகில் ஒரு கடை உள்ளது. கடைக்காரரிடம் கேட்கிறார்.

இந்திரகுமார்: "தரகர் லட்சுமணனை எங்கே காணமுடியும்?

கடையின் முன்பிருந்து ஒருவன்: "இங்கே தான் போயிருந்தான், ஆட்டோ ஸ்டாண்டில் பார்க்கிறாய்."

ஆட்டோ ஸ்டாண்டில் கார் நிற்கிறது.

ஆட்டோவில் டிரைவர்களுடன் லட்சுமணன் அமர்ந்திருந்ததை இந்துஸ்குமார் பார்த்தார்.

இந்திரன் குமார்: "வணக்கம் லட்சுமணன்..."

தெரிந்தவருடன் லட்சுமணன் காரில் வருகிறார்.

இந்திர குமார்: "காரில் ஏறு. . . "

லட்சுமணன்: "எப்படி இருக்கீங்க சார்?"

இந்திர குமார்: "நான் சொல்கிறேன். இப்போது நீங்கள் காரில் ஏறுங்கள்."

லட்சுமணன் காரில் ஏறினான்.

இந்திர குமாரின் கார் முன்னால் சென்றுள்ளது.

இந்திர குமார்: "சுகுமார வர்மா இப்போது எங்கே வசிக்கிறார்?"

லட்சுமணன்: "அட நீ வாங்கின சொத்தின் சொந்தக்காரன்.

இந்திரகுமார் (தீவிரமாக): "உங்களுக்குச் சொத்தைப் பற்றி சரியாகத் தெரி-யுமா?"

லட்சுமணன் சொல்கிறார்: "அதுதான் சார். நல்ல சொத்து. நல்ல தண்ணீரும் பழைய குளமும் இருக்கு. அது என்ன சொத்து தெரியுமா? சந்தை விலை என்ன?"

இந்திரன் குமார்: "இரண்டு அல்லது மூன்று ஆழ்நிலை மரணம் இருந்தது உங்களுக்குத் தெரியுமா? உண்மையைச் சொல்லுங்கள்."

லட்சுமணன்: "அய்யா, பூர்வீகவாசிகள் அங்கு செல்ல வேண்டாம், அந்த சுகு-மாரவர்மா யாரையும் அந்த வீட்டுவசதி பெற அனுமதிக்கவில்லை, அது பழைய வீடு, மரணம் அதிகமாகிவிட்டது, நீங்கள் மூடநம்பிக்கைகளைப் பார்த்தால், நீங்கள் புதியதைக் கட்டலாம். வீடு. "

இந்திரன் குமார்: "சரி, எப்படியும். திரு.சுகுமார வர்மா இப்போது எங்கே வசிக்-கிறார்? கார்மிலி சர்ச் அருகே உள்ள தனது சொத்தை விற்றதாகக் கேள்விப்பட்-டிருக்கிறேன்.

லட்சுமணன்: "அய்யோ இப்பகுதியை விட்டுப் போயிருந்தான். எல்லாத்தையும் விற்றுக் கிடக்கிறான். இப்போது பூஜாரி நகரில் இருக்கிறான் போலிருக்கிறது. அறு-பது கிலோமீட்டர் தொலைவில் இருக்கிறது."

இந்துஸ்குமார்: "நன்றி லட்சுமணன், இந்த காரை விட்டு இறங்கு."

லட்சுமணன் சுற்றும் முற்றும் பார்த்துவிட்டு நம்பழுடியாமல் சொன்னான்: "இதோ? இதுவும் மற்ற வேலைகளைப் போலவே இருந்தது. நான் எப்படி என் வீட்டிற்குச் செல்வது?

இந்திர குமார்: "இறங்கு."

இந்திரகுமார் 500 ரூபாய் கரன்சியை அவனிடம் வீசினான்.

லட்சுமணன் சிரிப்புடன் அதைப் பிடித்தான். புத்துணர்ச்சியுடன் சிரிக்கிறார்.

லட்சுமணன்: சரி சார், என்னை விடுங்கள்.

இந்திர குமாரின் கார் முன்னோக்கி ஓடுகிறது.

******

காட்சி - 50

பகல்நேரம்

வெளிப்புறம்.

ஒரு சிறிய வீடு.

ஒரு சிறிய வீட்டின் முன் இந்திரகுமாரின் கார் நிற்கிறது.

அது ஒரு இடிந்த வீடு, ஆனால் அது மகத்துவம்.

காரில் இருந்து வெளியே வந்தான் இந்திரகுமார்.

வீட்டின் காலிங் பெல் சுவிட்சை அழுத்தினான்.

கதவு திறக்கிறது.

கவர்ச்சியான தோற்றத்துடன் ஒரு முப்பத்தைந்து வயதுப் பெண் கதவைத் திறந்தாள்.

பெண்: "யார் நீ?"

இந்திரகுமார் சந்தேகத்துடன், "சுகுமார வர்மாவின் வீடா...?" என்றார்.

பெண் (ஆர்வமில்லாமல்): "ஆம்.

இந்திரகுமார்: "இப்போது அவர் இங்கே இருக்கிறாரா?"

பெண்: "இப்போது அவர் வருவார்."

அந்தப் பெண் வீட்டிற்குத் திரும்புகிறாள்.

உட்காரச் சொல்லாவிட்டாலும், இந்திரஸ்குமார் உள்ளே சென்று வீட்டின் வெளியே உள்ள சிட்டில் அமர்ந்தார்.

சுகுமார வர்மா வருகிறார். அவருக்கு ஜம்பது வயது.

அவர் வார்த்தைகளை நன்கு அறிந்தவர்: "ஓ ...... என்ன விசேஷம்? நீங்கள் எப்படி என் வீட்டைக் கண்டுபிடித்தீர்கள்?"

இந்திரகுமார் முறைப்படி சிரித்தார்.

இந்திரன் குமார்: "உனக்கு ஒரு பரிசு தருகிறேன். அது உனக்கு ஆச்சரியமாக இருக்கும்.

காரின் டிக்கியை திறந்து பெட்டியை வெளியே எடுத்தார் இந்திரகுமார். (அது தேவிகா கார் ஷெட்டில் இருந்து வந்தது.)

பணிவுடன் சுகுமார வர்மாவிடம் டி பெட்டியைக் கொடுக்கிறார் .

இந்துஸ்குமார்: "அதை மறந்துவிட்டதாக நான் நினைத்தேன், இது உங்களுக்கு மிகவும் மதிப்புமிக்க விஷயம்."

சுகுமாரவர்மாவின் முகம் மங்கியிருந்தது.

அவர் கூறினார்: "நினைவுகள் இரண்டு அல்லது மூன்று பெட்டிகளில் ஸ்டோர் அறையில் ஓய்வெடுக்கின்றன. நேரம் வந்தாலும், அதை எங்கு எடுத்துச் செல்ல வேண்டும்."

இந்திரன் குமார்: "உங்களுக்கு இல்லை என்றால், நான் பெட்டிகளைப் பார்க்-கலாமா?"

திரு.சுகுமார வர்மாவுக்கு அது பிடிக்கவில்லை என்பது அவர் முகத்திலிருந்து தெரிகிறது.

சுகுமாரவர்மா (உள்ளே பார்த்து): "ரேமா..?"

ரேமா (கதவைத் திறந்தவள்) வருகிறாள்.

சுகுமார வர்மா ஒரு வார்த்தை கூட பேசாமல் உள்ளே போகிறார்.

இந்திரன் குமார்: "என்ன....நீங்க போறீங்களா?"

இந்திரகுமார் திகைத்து நிற்கிறார்.

ரமா: "இப்போது நீ இங்கே நிற்காதே ..... சீக்கிரம் போ..."

இந்திரகுமார் கோபமடைந்தார்.

இந்திர குமார் (சவால்): "எங்கே...?"

ரமா: "நான் உன்னை இங்கிருந்து போகச் சொன்னேன்..."

இந்திரகுமார் (சுகுமார வர்மாவைப் பார்த்து): "ஏய், அங்கேயே இரு. நான் ஒன்று சொல்கிறேன். முதல் மனைவி அடிவயிற்றில் அடிபட்டுக் கொல்லப்பட்டாள். இரண்டாவது மனைவி அடித்துக் கொல்லப்பட்டு பையில் புதைக்கப்பட்டாள். ஒன்று மற்றும் ஒரே மகள் பலாத்காரம் செய்து கொல்லப்பட்டார்.(அவர் ரேமாவை இழுத்து சுகுமார வர்மாவின் முன் நிறுத்தினார்) இந்தப் பெண்ணை எப்படிக் கொல்வீர்கள்?"

சுகுமார வர்மா நடையை நிறுத்திவிட்டு திடீர் பிரேக் செய்தார். பிறகு கடுமை-யாகத் திரும்பிப் பார்த்தான்.

சுகுமார வர்மா (கோபத்துடன்): "உனக்கு என்ன வேண்டும்?"

இந்திரன் குமார் (அவர் பெட்டியை தரையில் தட்டுகிறார்) பதிலளித்தார்: "ஏய், அறைக்குள் இரண்டு அல்லது மூன்று பெட்டிகள் இருப்பதாக நீங்கள் கூறப்-பட்டிருக்கிறீர்கள். நான் அதைப் பார்க்க விரும்புகிறேன்."

சுகுமார வர்மா: "ராமே. .."

சுகுமார வர்மா வீட்டிற்குள் செல்கிறார்.

ராமா (இந்திரகுமாரிடம்): "வா..."

ரேமா அவனை இன்டோர் ரூமுக்கு அழைத்து வந்தாள்.

*****

காட்சி - 51

பகல்நேரம்

உட்புறம்.

அது சுகுமார வர்மா வீட்டில் ஒரு ஸ்டோர் ரூம்.

ரமா இந்திரகுமாரை ஸ்டோர் ரூமுக்கு அழைத்து வருகிறார்.

அரை ஒளிரும் ஒளி மட்டுமே உள்ளது.

சில அட்டைப் பெட்டிகள் மற்றும் சூட்கேஸ்கள் உள்ளன.

அதிலிருந்து ஆடைகள் அகற்றப்பட்டன.

இந்திரகுமார் ஒரு சூட்கேஸைத் திறந்தார். சூட்கேஸிலிருந்து பட்டுப் பாவா-டைகளும் பட்டு ரவிக்கைகளும் மற்ற ஆடைகளும் வெளியே வந்தன.

ரேமா: "அவருக்கு ஒரு மகள் இருந்தாள். இவை அவளுடைய விஷயங்கள்."

இந்திரகுமாருக்கு ஒரு பழைய ஆல்பம் கிடைத்தது.

அந்த ஆல்பத்தில், இந்திர குமார் சுகுமார வர்மா மற்றும் அவரது முதல் மனைவியின் படங்களை பார்க்கிறார்.

இரண்டாவது பக்கத்தில் ஒரு பெரிய படம் ஒட்டப்பட்டுள்ளது. அது தேவிகா-வின் புகைப்படம்.

அந்த புகைப்படத்தை இந்திரகுமார் நீண்ட நாட்களாக தேடிக்கொண்டிருக்கி-றார்.

இந்திர குமார் (ரெமா): "இந்தப் பெண்ணின் பெயர் என்ன?"

ரமா: "தேவிகா."

இந்திரகுமார்: "இந்தப் பெண் எப்படி இறந்தாள்?"

ரமா: "மறைக்க முயலும்போது அலமாரியில் போனது... மூச்சு முட்டியது..." (முடிக்கவில்லை)

சில நிமிடங்களுக்கு அங்கு அமைதி நிலவுகிறது.

இந்துஸ்குமார் புகைப்படத்தைப் பார்க்கிறார்.

ரமா தொடர்ந்தார்: "அவள் விடுமுறைக்காக வீட்டிற்கு வந்திருக்கிறாள்."

இந்திர குமார்: "அவள் எங்கே படித்தாள்?"

ரமா: "கோயம்புத்தூர்... ஒரு உறைவிடப் பள்ளி."

இந்திரகுமார் (பரபரப்புடன்): "கோயம்புத்தூர் எந்த உறைவிடப் பள்ளியில்...?"

ரமா: "அண்ணா ராஜா..."

இந்திரகுமார் (அதிர்ச்சியுடன்): "அண்ணா ராஜா... என் கடவுளே..."

ரமா: "என்ன விஷயம்?"

இந்திர குமார் (நிதானமாக): "ஒன்றுமில்லை... என் மகள் அங்கு படிக்கிறாள் ..."

ரமா: "உங்க பொண்ணு பேரு என்ன..?"

இந்திர குமார்: "பத்ரா..."

இந்திரகுமார் ஆல்பத்தை முழுவதுமாகப் பார்த்தார்.

இந்திர குமார்: "வர்மாவின் முதல் மனைவி மற்றும் மகளின் புகைப்படங்கள் மட்டுமே உள்ளன ... இரண்டாவது மனைவியின் புகைப்படம் காணவில்லை"

ரமா: "ஆமாம், அது இங்கே எங்கோ இருந்தது."

ரேமா புகைப்படத்தைத் தேடுகிறார்.

இந்திரகுமார் (குறைந்த ஒலியுடன்): "அவர்கள் எப்படி இறந்தார்கள்?"

சிறிது நேரத்திற்குப் பிறகு, அவள் ரகசியமாக சொன்னாள்: "அவளை அடித்-துக் கொன்று, அவளது பிணத்தை பையில் புதைத்தார், அவளுடைய ரகசிய காதலன் அதைச் செய்ததாக மக்கள் கூறுகிறார்கள். என் கணவர் ஒரு ஏழை."

இந்திரகுமார்: முதல் மனைவி எப்படி இறந்தார்?

ரேமா: "நிமோனியா. மக்கள் சொல்லும் வதந்திகளை நம்புகிறீர்களா? மூன்று கொலைகளுக்குப் பிறகு, அவரால் நம் நாட்டில் புல் போல வாழ முடியவில்லை. அது கூட உங்களுக்குப் புரியவில்லையா?"

இந்திரகுமார் நீண்ட மூச்சுடன் சிரிக்கிறார்.

ஆல்பத்தில் இருந்து தேவிகாவின் புகைப்படத்தை எடுத்த இந்திர குமார்: "நான் எடுக்கப் போகிறேன்?"

அவள் வசீகரத்துடன் சிரித்தாள்: "ஓ, ஆமாம்."

இருவரும் அறையை விட்டு வெளியேறினர்.

அப்போது ஸ்டோர் ரூம் சுவரில் இருந்த பழைய புகைப்படத்தில் கேமரா ஃபோகஸ் செய்தது.

அது வசுந்தராவின் புகைப்படம்.

அதை இருவரும் பார்க்கவில்லை.

*****

காட்சி - 53

பகல்நேரம்

உட்புறம்.

வசுந்தராவின் வீடு.

பத்ராவைத் தேடும் தேவிகா, அறைகள் முழுவதும் சுற்றிப்பார்க்கிறாள்.

தேவிகா ஒரு மூடிய கதவின் அறையில் சந்தேகத்துடன் நடந்து செல்வதை நிறுத்தினாள்.

அவள் கதவின் சாவித் துளை வழியாகப் பார்க்கிறாள்.

அறைக்குள் வசுந்தரா மேக்கப்பிற்காக கண்ணாடியைப் பார்த்துக் கொண்டிருக்-கிறாள்.

அவள் ஒரு பித்தளை மட்டுமே அணிந்திருந்தாள்.

பித்தளையால் மூடப்பட்ட அவளது பெரிய மார்பகங்களை மூடு.

தேவிகா புருவங்களை சுருக்கினாள்.

தேவிகா அங்கிருந்து சென்று தேடுதலை தொடர்ந்தாள் .

அவள் சமையலறைக்கு அருகில் ஒரு அறையில் அலமாரியைக் கண்டாள்.

அவள் அலமாரியைத் திறக்கிறாள், அதற்குள் ஒரு சாக்கு மூட்டை இரத்தம் உறைந்து கிடப்பதைக் கண்டாள்.

தேவிகா அழுது கொண்டே அலமாரியில் இருந்து அதை வெளியே எடுத்தாள். அவள் பீதியுடன் சாக்குப்பையை அவிழ்த்தாள்.

பத்ரா சாக்குக்குள் இருந்தாள்.

அவள் இறந்து விட்டாள்.

ரத்தம்... அங்கே ரத்தம்.

தேவிகா சத்தமாக அலறினாள்.

மேலும் சிறிது நேரம் யோசித்தாள்.

பத்ராவின் உடலை அங்கே வைத்தாள்.

பிறகு வேகமாக ஓடுகிறாள்.

ஸ்டோர் ரூமிலிருந்து கனமான கோடரியுடன் போகிறாள்.

அவள் கனமான கோடரியை தரையில் இழுக்கிறாள்.

காட்சி - 54

பகல்நேரம்

உட்புறம்.

வசுந்தரா கதவை திறந்து அறையை விட்டு வெளியே வந்தாள்.

மேக்கப்பிலும் உதட்டுச்சாயத்திலும் இன்னும் அழகாக இருக்கிறாள்.

அவள் கருப்பு வெல்வெட் நைட் கவுன் அணிந்திருக்கிறாள்.

மெல்லிசை ஓசையுடன், புன்னகையுடன் ஹாலின் ஜன்னலுக்கு வந்தாள்.

ஜன்னல் திரைகளை மாற்றிவிட்டு வெளியே பார்த்தாள்.

ஜன்னலுக்கு வெளியே, அவள் அழகான தாவரங்கள், பழைய குளம் மற்றும் மரங்களை ரசித்தாள்.

திடீரென்று, பயமுறுத்தும் முணுமுணுப்பு ஒன்று திரும்பி வருவதை அவள் கேட்கிறாள்.

பயத்துடன் திரும்பிப் பார்க்கிறாள்.

வசுந்தராவுக்கு அதிர்ச்சி.

தேவிகா அவளுக்குப் பின்னால் பயங்கரமாக நின்று கோடரியால் பெறப்பட்-டாள் .

அடுத்த கணம், தேவிகா கனமான கோடரியால் வசுந்தராவின் தலையில் பலமாக அடித்தாள்.

******

காட்சி – 55

பகல்நேரம்

உட்புறம்.

தேவிகா அறைகளில் நடந்து சென்று வசுந்தராவின் பிணத்தை இழுத்துக் கொண்டிருக்கிறாள்.

இறந்த உடலின் ரத்தம் தரையில் படிந்திருந்தது.

அவள் கையில் கோடாரி இருந்தது.

தேவிகா வசுந்தராவின் உடலை இழுத்துக்கொண்டு பத்ராவின் உடல் அருகே வந்து கொண்டிருக்கிறாள்.

தேவிகா பத்ராவின் உடலில் இருந்து சாக்குப்பையை அகற்றினாள்.

பின்னர் வசுந்தராவின் உடலை அதே சாக்கு பையில் போட்டு உள்ளார்.

சாக்கின் விளிம்பு பிரகாசமானது.

அவள் பத்ராவின் உடலை அலமாரிக்குள் உயர்த்தினாள்.

சட்டென்று சாக்கு அசைகிறது.

அந்த நகரும் சாக்கு பையை ஆத்திரத்துடன் பார்த்த தேவிகா, கனமான கோடரியால் சாக்குப்பையை பலமாக அடித்தாள். சாக்கு பைத்தியமாக முறுக்கி- யது, பின்னர் அது அமைதியாக இருக்கிறது.

சாக்கு மூட்டையில் இருந்து ரத்தம் அருவி போல் பாய்கிறது.

******

காட்சி – 56

பகல்நேரம்.

வசுந்தராவின் வீடு.

இந்திர குமாரின் கார் வீட்டிற்கு வருகிறது.

அது தாழ்வாரத்தில் நிற்கிறது.

இந்திரகுமார் காரை விட்டு இறங்கி வீட்டிற்குள் நடந்தான்.

******

காட்சி – 57

பகல்நேரம்

உட்புறம்.

இந்திரகுமார் மண்டபத்திற்கு வருகிறார்.

அங்கே யாரும் இல்லை.

இந்திரன் குமார்: "வசு...வசுந்தரா..?"

இந்திர குமார் அறைகள் வழியாக நடந்து செல்கிறார்.

இந்திர குமார்: "பத்ரா.... மோலே...?"

வசுந்தராவை தேடி வருகிறார்.

சமையலறைக்கு அருகில் உள்ள அறைக்கு வருகிறார்.

பூட்டிய அலமாரிக்கு அருகில் வந்தான்.

அங்கு யாரும் இல்லை, அவர் திரும்பிச் சென்றார்.

அவன் மீண்டும் மேலே வந்தான், அலமாரியின் அருகே அசைவது போல் தெரிகிறது.

கதவின் நிழலில், கோடரியுடன் ரத்தம் சுரக்கும் சாக்குக்கு அருகில் பதுங்கியி-ருக்கிறாள் தேவிகா.

இந்திரகுமார் என்ன செய்கிறார் என்பதை அவள் ரகசியமாகப் பார்க்கிறாள்.

இந்திரகுமார் பீதியுடன் அலமாரியைத் திறந்து பத்ராவை இழுத்தான்.

பத்ரா மூச்சைக் கண்டுபிடிக்க முயற்சிக்கிறாள்.

இந்திர குமார்: "பத்ரா... மொளாய்..?"

இந்துகுமார் திரும்பி அவளைப் பார்த்து: "வசு... வசுந்தரா... அவள் எங்கே இறங்குவாள்?" என்றான்.

இந்திர குமார் பத்ராவை இழுத்துக்கொண்டு அவளுடன் ஓடுகிறான்.

தேவிகா அதைப் பார்த்துக் கொண்டிருக்கிறாள்.

*****

காட்சி - 58

உட்புறம்.

டாக்டர்.வேனியின் உளவியல் மையம்

டாக்டர்.வேணியின் மனநல காப்பகத்தில் தேவிகா அமர்ந்திருக்கிறாள்.

தேவிகா வெள்ளை நிற கவுன் அணிந்து, தளர்வான தலைமுடியுடன் முகத்தை மறைத்துள்ளார்.

செல் திறக்கப்பட்டது.

இரண்டு செவிலியர்கள் தேவிகாவை அறையிலிருந்து வெளியே கொண்டு வந்தனர்.

டாக்டர் வேணி இந்திரகுமாருடன் வெளியே நிற்கிறார்.

செவிலியர்கள் தேவிகாவுடன் நடைபாதை வழியாக நடந்து செல்கிறார்கள்.

அவர்களுடன் டாக்டர் வேணியும் இந்திரகுமாரும் செல்கிறார்கள்.

******

காட்சி - 59

உட்புறம்.

ஆலோசனை அறை.

வெள்ளைச் சுவர்களும் கதவுகளும் கொண்ட விசாலமான மண்டபம் அது.

மண்டபத்தின் நடுவில் இரண்டு நாற்காலிகள் மற்றும் வெள்ளை நிறத்தில் ஒரு மேஜை இருந்தது.

மேலே ஒரு ஸ்பாட்லைட் உள்ளது.

நர்ஸ்கள் தேவிகாவை ஹாலுக்கு அழைத்து வந்து சேரில் அமர வைத்தனர்.

அங்கே டாக்டர் வேணியும் இந்திரகுமாரும் வருகிறார்கள்.

******

காட்சி - 60

உட்புறங்கள்.

நடைபாதையில் ஷூக்கள் க்ளோஸ் அப் ஷாட்டில் வருகின்றன.

அதன் உரிமையாளர் அவர் ஒரு பாதிரியார் என்பது தெளிவாகிறது.

பாதிரியார் நடுத்தர வயதை எட்டுகிறார்.

அவர் ஆலோசனை கூடத்திற்கு செல்கிறார்.

******

காட்சி - 61

உட்புறங்கள்.

பாதிரியார் ஆலோசனைக் கூடத்திற்கு வருகிறார்.

தேவிகாவிற்கு எதிராக நாற்காலியில் அமர்ந்தான்.

பின்னர் அவர் டாக்டர்.வேணி, இந்திர குமார் மற்றும் செவிலியர்களை கண் சிக்னல் போன்ற தோற்றத்துடன் வெளியே செல்ல விரும்பினார்.

அனைவரும் வெளியே சென்றுவிட்டனர்.

பூசாரி தேவிகாவைப் பார்த்துக் கொண்டிருக்கிறார்.

பாதிரியார்: "பத்ரா... மன்னிக்கவும்... தேவிகா... எல்லாரும் தேவிகாவிடம் பேசுங்கள். நான் தேவிகாவிடம் பேசுகிறேன். எனக்கு தேவிகாவிடம் மட்டும் பேச வேண்டும்."

தேவிகாவிடம் இருந்து பதில் இல்லை.

பாதிரியார் தேவிகாவிடம் கேட்டார்: "ஹலோ..?"

அவள் முகம் முடியால் மூடப்பட்டிருந்தது.

தேவிகா கண்களைத் திறந்து தலைமுடியின் நடுவே அவனைப் பார்த்தாள்.

"நான் டாக்டர் இக்னேஷியஸ் சுங்கக்காரன். தேவிகாவிடம் எதையாவது சொல்ல வேண்டிய ஏழை பாதிரியார்."

தேவிகா கண்களைத் திறந்து தலைமுடியின் நடுவே அவனைக் கடுமையாகப் பார்க்கிறாள்.

பாதிரியார்: "உனக்கு என்னுடன் பிரிவினையா?"

இரண்டு நிமிடங்களுக்குப் பிறகு பூசாரி அவளிடம் கேட்டார்: "தேவிகா, இது பத்ராவின் உடல். தேவிகாவுக்காக அல்ல . தேவிகா இந்த உடலை விட்டு வெளி-யேற வேண்டும். தயவுசெய்து வெளியே போ…"

தேவிகா (வளரும்): "இல்லை…"

பாதிரியார்: "ஏன்?"

தேவிகா (வளரும்): "நான் அவளை விரும்புகிறேன்."

பாதிரியார்: "சரி. உனக்கு அவளைப் பிடிக்கும். ஆனால் தேவிகா இப்போது பத்ராவுக்குத் தீங்கு செய்கிறாள். நீ அவள் உடலுக்குள் சென்று அவள் மனதைக் கடந்து அவளது அனுமதியின்றி உன் விருப்பம் போல் பலவற்றைச் செய்தாய். நான் சொல்வது சரிதானா…? "

தேவிகா வளர்ந்து வருகிறாள்.

பாதிரியார்: "கைதமனில்லத்தில் இருக்கும் சுகுமார வர்மாவின் ஒரே மகள் தேவிகா. ஹேமாம்பிகா வர்மா…உன் அம்மா… ஏழை அந்தர்ஜனம்… சுகுமார வர்-மாவின் வாழ்க்கையில் வந்த இரண்டாவது மருமகள் உங்கள் எதிரி வசுந்தரா. சரியா?

தேவிகா படபடப்புடன் தலையை ஆட்டினாள்.

பாதிரியார்: "உனக்கு பதினைந்து வயசு இருக்கும் போது உன் அம்மா ஹேமாம்பிகா வர்மா உறைவிடப் பள்ளியில் படிக்கும் போது நிமோனியாவால் இறந்தாள். சுகுமார வர்மா அவளைக் கொல்லவில்லை. ஆனால் அவன் தவறு செய்தான். உன் அம்மா இறந்த பிறகு அவன் காதலி வசுந்தராவை மணந்தான் . ஒரு சில நாட்களில்."

(ஃப்ளாஷ்பேக் விஷுவல்)

தேவிகாவிற்கு ஒரு விசித்திரமான பாசாங்கு.

பாதிரியார்: "நீங்கள் போர்டிங்கிற்குத் திரும்பவில்லை. உங்கள் தாயின் மரணத்-திற்கு வசுந்தராவைக் காரணம் பார்த்தீர்கள். அவளுடன் சண்டையிட ஆரம்பித்-தீர்கள். அவர்கள் மிகவும் மோசமாக இல்லை. அவர் ஒரு பயங்கரமான பெண்-மணி… மிகவும் பயங்கரமான பெண்மணி.

தேவிகா பேய் போல் வினோதமாக சிரிக்கிறார்.

(*ஃப்ளாஷ்பேக்விஷுவல்*)

பாதிரியார்: "வசுந்தராவின் காதலி உங்கள் இல்லத்திற்கு (வீட்டிற்கு) வந்து வசுந்தராவுடன் ரகசிய சந்திப்புகளை ஆரம்பித்தார். அவர் பெயர் சந்தோஷ் மேனன்."

தேவிகாவின் முகம் மோசமாகி வருகிறது.

வசுந்தரா வைத்த வலையில் உன்னைக் கொடூரமான முறையில் சந்தோஷ் மேனன் கற்பழித்தான் அவள் இறந்த உடல் சாக்கு பைக்குள் இருந்தது. சந்தோஷ்

உன்னை பின்னால் இருந்து அடித்தான். அவன் உன்னை அலமாரியில் வைத்து பூட்டிவிட்டான். உன் மரணத்திற்குப் பிறகு நீ பழிவாங்கும். பெங்களூரில் நடந்த சாலை விபத்தில் சந்தோஷ் கொல்லப்பட்டான்."

பாதிரியார் ஒரு செய்தித் தாளை எடுத்து தேவிகாவைக் காட்டினார்.

(செய்தித்தாள் செய்தி)

பாதிரியார்: "உன் அப்பா சுக்மாரவர்மா இரண்டு மாதங்களுக்கு முன்பு தூக்குப்போட்டு இறந்துவிட்டார். அன்றுதான் பத்ராவின் தந்தை இந்திரகுமார் அவரைச் சந்தித்தார்.

தேவிகா நியூஸ் பேப்பரைப் பார்த்துக் கொண்டிருக்கிறாள்.

பாதிரியார்: "சொல்லு தேவிகா, உன் டார்கெட் முடிஞ்சிடுச்சு. இப்ப உனக்கு பத்ரா லீவு. கோயம்புத்தூர்ல தங்கும் விடுதியில் பாத்ரூம்ல பத்ராவைக் கண்டுபி-டிச்சாய். உன்னைக் கவர்ந்த உண்மைகள், பத்ரா அம்மா பேரு வசுந்தரா, அவங்க அப்பா வாங்கிட்டாங்க . பழைய வீடு, இப்போது நீங்கள் பத்ராவிலிருந்து செல்ல வேண்டும்.

தேவிகா உறுமினாள்.

பாதிரியார் அவளிடம் கேட்டார்: "தேவிகா... நீ நான் சொல்வதைக் கேட்க வேண்டும்."

பூசாரி மேஜையில் தேவிகாவின் இரண்டு உள்ளங்கைகளைத் தொட முயற்-சிக்கிறார். தேவிகா அதிர்ச்சி அடைந்தாள். மீட்புக்காக தன் கைகளை இழுக்க முயல்கிறாள்.

பாதிரியார் அவள் கைகளை வலுவாகப் பிடித்துள்ளார்.

ஒரு சுற்று கைகள் வழியாக பயணிக்கிறது என்பது தெளிவாகிறது.

பூசாரி தேவிகாவை வலிமையுடன் பிடித்துக் கொண்டிருக்கிறார்.

அவள் காட்டுத்தனமாக நடுங்குகிறாள்.

தேவிகாவின் முகம் முழுக்க முடியால் மூடப்பட்டிருக்கும்.

அவளது இழுப்பு முடிவில், பத்ரா அந்த நிலையில் காணப்படுகிறாள்.

களைத்துப் போன பத்ராவின் முகத்தை எடுத்துப் பார்த்தார் பூசாரி.

பாதிரியார்: "மோல்.... பத்ரே...?"

பத்ரா சோர்ந்த கண்களுடன் பூசாரியைப் பார்க்கிறாள்.

காட்சி - 62

உட்புறம்.

பாதிரியார் பத்ராவுடன் ஆலோசனை அறையில் இருந்து கீழே வருகிறார்.

அவர்களிடம் டாக்டர் வேணியும், இந்திரகுமாரும் ஆர்வத்துடன் வருகிறார்கள்.

இந்திர குமார்: "மோல்... பத்ரா..!"

பத்ரா: "அட அப்பா..."

இந்திரகுமார் பத்ராவை கட்டிப்பிடிக்கிறார்.

அப்பா மகளின் மகிழ்ச்சியைப் பார்த்துக் கொண்டிருக்கிறாள் டாக்டர்.

பத்ராவின் கண்கள் அவனுக்குப் பின்னால் நிற்பவர் மீது விழுகின்றன.

அந்த நபர் கேமராவில் தோன்றுகிறார்.

வசுந்தரா தான்.

பத்ராவின் கண்கள் மின்னுகின்றன.

பத்ரா வசுந்தராவை நோக்கி ஓடுகிறாள்.

பத்ரா: "அம்மா..!"

ஆனால் பத்ரா வசுந்தராவின் அருகில் நின்றிருந்த இன்னொரு பெண்ணை நோக்கி ஓடுகிறாள்.

மற்றொரு பெண் ஒரு அழகான பெண். அவள் பத்ராவின் அம்மா.

பத்ராவும் அவள் அம்மாவும் ஒருவரையொருவர் அணைத்துக் கொள்கிறார்-கள்.

அந்த நேரத்தில் மேலும் இரண்டு பேர் அங்கு வருகிறார்கள்.

ஷாஜிக்குட்டனும் பிந்துவும்.

பிந்து பத்ராவை நெருங்கினாள்.

பிந்து அவளை சந்தேகத்துடன் அழைத்தாள்: "மோல்..."

பிந்துவை சந்தேகத்துடன் பார்க்கிறாள்.

இந்துஸ்குமார் தலையிட்டார்.

இந்திரன் குமார்: "இது ஷாஜிக்குட்டன் மனைவி பிந்து... அந்த நேரத்துல நம்ம வீட்டுக்கு வந்திருக்காங்க?..."

பத்ரா: "அப்பா என்ன சொல்கிறாய்? எனக்கு ஒன்றும் புரியவில்லையா?"

அம்மா வசுந்தரா: "அவளுக்கு அது ஞாபகம் இல்லை...."

மற்றொரு வசுந்தரா ஒரு குறிப்பிட்ட சூழ்நிலையில் நிற்கிறாள்.

பிந்து அம்மா வசுந்தராவையும் மற்ற வசுந்தராவையும் பார்க்கிறாள்.

மற்றொரு வசுந்தரா கருப்பு நிற நெட் கவுன் அணிந்துள்ளார்.

பிந்து பார்க்கும்போது, கருப்பு நைட் கவுன் அணிந்த வசுந்தராவின் பின்னால் தேவிகா தோன்றினாள்.

தேவிகா பிந்துவை வெறித்துப் பார்த்தாள்.

பிந்து பயத்துடன் எச்சிலை விழுங்குகிறாள்.

கருப்பு நைட் கவுன் அணிந்த வசுந்தராவை தேவிகா பிடிக்கிறார்.

பின்னர் தேவிகா அவளை கீழே இழுத்து தரையில் முறுக்கினாள்.

கறுப்பு நைட் கவுன் அணிந்த வசுந்தராவுடன் அவள் நடைபாதை வழியாக சென்றாள்.

.பிந்து அதிர்ச்சி அடைந்தாள்.

பத்ரா, இந்திர குமார், அம்மா வசுந்தரா, டாக்டர். வாணி, ஷாஜி ஆகியோர் பிந்துவுக்குப் பின்னால் சேர்ந்து மகிழ்ந்துள்ளனர், ஏனென்றால் அவள் என்ன பார்த்தாள் என்பது அவர்களுக்குத் தெரியாது.

பாதிரியார் பிந்துவை தோளில் சிறு தொட்டு அழைக்கிறார்.

பிந்து பாதிரியார் வெட்கத்துடன் பார்க்கிறாள்.

பாதிரியார் பிந்துவின் முகத்தில் சிரிப்புடன் சைகை செய்கிறார்.

பாதிரியார்: "ஜிம் பூம் பா..."

பிந்து கொஞ்சம் வெட்கத்துடன் கையால் முகத்தை மறைத்தாள்.

பத்ரா மகிழ்ச்சியுடன் ஓடி, பிந்து மற்றும் தந்தையின் (பூசாரி) கைகளை இழுத்து மற்றவர்களை நோக்கி இழுத்தாள்.

அனைவரின் மகிழ்ச்சியான தருணங்களின் மிட் ஷாட்.

முற்றும்